मानसी

डॉ. छाया महाजन

मेहता पब्लिशिंग हाऊस

Please contact us at **Mehta Publishing House,** 1941, Madiwale Colony, Sadashiv Peth, Pune 411030.
✆ +91 020-24476924 / 24460313
Email : info@mehtapublishinghouse.com
production@mehtapublishinghouse.com
sales@mehtapublishinghouse.com
Website : www.mehtapublishinghouse.com

- *या पुस्तकातील लेखकाची मते, घटना, वर्णने ही त्या लेखकाची असून त्याच्याशी प्रकाशक सहमत असतीलच असे नाही.*

MANSI by Dr. CHHAYA MAHAJAN

मानसी / कादंबरी

कल्याण नर्सिंग होम,
न्यू समर्थनगर, औरंगाबाद - ४३१००१.
✆ ०२४०-२३३१९१२

प्रकाशक : सुनील अनिल मेहता, मेहता पब्लिशिंग हाऊस,
१९४१, सदाशिव पेठ, पुणे ३०.

अक्षरजुळणी : एच. एम. टाईपसेटर्स, ११२०, सदाशिव पेठ, पुणे - ३०.

मुद्रक : रेप्रो इंडिया प्रा. लि., मराठे उद्योग भवन,
अप्पासाहेब मराठे मार्ग, प्रभादेवी, मुंबई - ४०००२५.

मुखपृष्ठ : चंद्रमोहन कुलकर्णी

प्रकाशनकाल : मार्च, २००८ / पुनर्मुद्रण : फेब्रुवारी, २०१५

किंमत : ₹ १६०/-

ISBN for Printed Book 978-81-7766-955-8
ISBN for E-Book 978-81-8498-685-3

विस्तृत पसरलेले डोंगर. खालीवर जमीन. हिरव्यागार गवतानं झाकलेली. विविध हिरव्या छटांनी भरून गेलेली.

प्रचंड बुंध्याची झाडं. पानांनी गच्च लगडलेल्या बुंध्याचा रंग झाकोळलेली. फांद्या वाऱ्यानं उचलल्या गेल्या की दिसून नाहीसा होणारा.

वारा सुसाट.

पण बिना आवाजाचा.

फक्त हेलकावणाऱ्या फांद्या. जोरजोरात.

उडणारी, गरगरत वर जाणारी किंवा फुंकेसारखी एकाच दिशेला हेलपटत बळजबरीनं ओढून नेल्यासारखी पानं.

हिरवी, पिवळी, तपकिरी, पांढरट पानं

निःस्तब्ध वातावरण.

तरुण रागीट मुलांपुढे हतबल, गप्प बसलेल्या वडीलधाऱ्यांसारखे डोंगर. आणि जमीन.

मधोमध एक अचेतन देह.

शरीर.

वाऱ्याच्या झोतासरशी त्याच्यावरची चादर उडून जाते.

त्या अचल शरीराचे असंख्य तुकडे व्हायला लागतात. हात तुटून वेगळे. पाय वेगळे.

काच पिचून तिथल्या तिथे असंख्य भेगांनी भरून जावी तसं शरीर.

आणि त्यातून बाहेर येणारा एक झोत.

प्रकाशाचा.

पांढराशुभ्र झोत, धूर निघावा तसा.

त्या झोताला आकार येतोय.

जख्ख म्हातारी. पांढऱ्याशुभ्र कपड्यात.

पिवळट पांढऱ्या केसांची. भिवयांच्या पांढऱ्या गडद दाट रेषांनी डोळे झाकलेले.

इतकी पिवळट पांढरी की तिची कातडीही दिसू नये. हातांवर नुसती वाफ दाटल्यासारखी ती कातडी.

काळी ना गोरी.

"एज ओल्ड."

"ओल्ड सोल."

काळाच्या परिमाणातून मुक्त.

काळाच्या बंधनातून मुक्त.

हजारो, लाखो कदाचित करोडो वर्षं शरीरं बदलत आलेला आत्मा.

स्त्री-पुरुष शरीरांतून फिरत आलेला.

आणि आता हजारो वर्षं दाखवणारी म्हातारी आपले हात उंचावतेय.

गंभीर चेहऱ्यानं खाली पृथक् होऊन पडलेल्या अवयवांकडे पाहतेय.

तीच त्या शरीरातून बाहेर पडतेय.

खुडूक. गर्भासारखी. हात-पाय गुंडाळून.

बाहेर पडताना तिचा एक हात त्या तुकड्यांमध्ये अडकलाय.

ती आक्रोश करतेय.

तिची साडी, तिचे हात, पाय, केस मिळून ज्वालेसारखा आकार झालाय. झंझावाती वाऱ्यानं अक्राळविक्राळ रूप धारण करावं तसा.

ती ओरडतेय. तिच्या तोंडात दात नाहीत. आहे एक मोठा काळोख.

त्या पूर्ण पांढऱ्या लपेटीतला काळोख भयावह दिसतोय.

ती ओरडतेय. मोठ्यांदा रडतेय.

तो एक हात दांड्यासारखा त्या शरीरात अडकलाय.

तो हात तडफडतोय.

मानसीला वाटलं ती तडफड तिला जाणवतेय. त्या आक्रोशांनी तिचे कान भरून गेलेत. तो हात सोडवायला ती असमर्थ आहे.

तीही त्या म्हातारीसारखी तडफडतेय.

त्या कासावीस क्षणी ती डोळे रोखून पाहतेय.

मानसीला जाणवलं ती म्हातारी आता अगदी आपल्याचसारखी झालीय.

अडकलेल्या हातातून पाण्याच्या प्रवाहासारखी वाहात ती आपल्या शरीरात प्रवेश करते आहे; विखुरलेल्या हातापायात हालचाल होतेय. ते धडाकडे सरकताहेत, असे तिला वाटते.

मात्र त्या काळ्याकुट्ट अंधारात विद्रूप चेहऱ्यांचं तांडव सुरू झालंय आणि ते त्या हाताला खेचतंय; त्यातून भळाभळा रक्त वाहातंय; तो हात आपलाच आहे हे तिला कळलंय.

ते तोडू पाहताहेत.

ती ओरडतेय.

घशातून आवाज फुटत नाहीये.

ती मरण मागते आहे.

अडकलेल्या श्वासाचा विचित्र आवाज होतोय.

"मानू ऊठ - मानसी - तुला स्वप्न पडलंय का? केवढ्यांदा ओरडलीस? जागी हो. मनू, जागी हो. उठलीस का?"

वृंदा तिला हलक्या हातानं हलवत म्हणाली.

तिनं दिवा लावला.

मानसीचा चेहरा घामानं डबडबलेला होता. घाबरलेल्या डोळ्यांनी ती वृंदाकडे पाहात होती.

तिच्या कपाळावरचा घाम वृंदाने मायेने पुसला.

"स्वप्न पडलं का?"

ती मान हलवण्याच्या स्थितीत नव्हती. त्या जगातून बाहेर आलो की नाही, हे न कळून तिनं अंग हलवलं. पाठीतून सरसरत कळ उठली.

"आई गऽऽ" ती कळवळली.

"फार दुखतंय का? गोळी देऊ? डॉक्टर म्हणालेत की पेन झालं तर गोळी द्या म्हणून."

तिनं मान हलवली.

"वाईट स्वप्न पडलं असेल. जागा बदलली ना! होतं असं. तसं भीतीसारखं काही नाहीये इथं. वावर नाही एवढंच."

वृंदाकडे ती पाहात होती. कितीतरी मायेनं बोलणाऱ्या बहिणीच्या स्वरांनी तिला धीर आल्यासारखा झाला. तिनं नकारार्थी मान हलवली.

"मी कॉट ओढून घेते तुझ्याजवळ. आता झोप."

वृंदानं लाइट बंद केला. मंद प्रकाशाचा दिवा लावला. खुर्ची ओढून, तिच्याजवळ बसून, तिच्या कपाळावर थोपटायला लागली.

"दीड महिना लागेल फ्रॅक्चर नीट व्हायला. कदाचित जास्त सुद्धा."

ती मनाशी म्हणाली, 'सगळ्या शरीरावर जखमा आहेत. त्या भरून यायला लागतील. विशेषत: मांडी आणि ओटीपोटाजवळ खूपच खोल जखम आहे. कसं होईल कोण जाणे!'

वृंदाचा चेहरा मानसीला दिसत नव्हता, पण त्याच्यावरची काळजी दिसत होती.

'हिला आणलंय खरं. सुखासुखी लवकर बरी होईल तर बरं! आई-बाबांच्या जीवाला घोर लागलाय. धाडसानं आणलं. विवेकनं ऑब्जेक्शन घेतलं नाही. दुसरा एखादा नवरा तयार झाला नसता. त्यानं अजिबात आढेवेढे घेतले नाहीत. उलट फोनवर आईचीच समजूत काढत राहिला. ती तयारच नव्हती. पण तिला मनूची खवदव काढायचे कष्ट झेपले नसते! समीर असता तर थोडी मदत झाली असती. पण तो इतक्यात कसला येतोय? परदेशात गेलं की तिकडचीच ओढ लागते. तिकडे विवेकही बदली होईल म्हणतोय. निदान सध्यातरी नाही. आम्ही जाईतो ही बरी व्हावी. पाळीपाळीनं आई आणि मी राहू. ही बरी होणं महत्त्वाचं. बाबा तर मनूला माफ करतच नाहीयेत. पुढे निवळतील कदाचित. आणखी काय होणार आहे, कसं होणार आहे देव जाणे!'

वृंदा खुर्चीत बसल्या बसल्या हातावर डोकं ठेवून झोपली.

मानसीला तिचं डोकं जवळ असल्याचं जाणवत होतं. तिनंही हालचाल केली नाही. वेदनेच्या भीतीनं आणि वृंदा उठेल असं वाटून. तिला हालचाल करावीशी वाटत नव्हती.

सकाळी तारवटलेल्या डोळ्यांनी वृंदा उठली तेव्हा राधाचं काम सुरू झालेलं होतं.

"राधा, चहा टाक." म्हणत ती बाथरूमकडे वळली. परतताना मानसीच्या खोलीत डोकावली.

मानसी शांत झोपली होती. पांघरूण विस्कटलेलं होतं. पाय न वाजवता आत जाऊन तिनं पांघरूण नीट केलं.

"चहा झालाय." राधा म्हणाली. वृंदानं तिला हळू बोलायची खूण केली.

"झोपल्यात का?" राधा कुजबुजली.

तिच्या दंडाला धरून तिनं डायनिंग टेबलापाशी आणलं. स्वयंपाकघर आणि बसायच्या खोलीमधल्या भागात ते ठेवलेलं होतं.

"रात्री झोप नाही झाली तिची! फार वेळ जागी होती." राधा प्रश्नार्थक चेहऱ्यानं उभी होती. उत्सुक.

तीन दिवसांपूर्वी वृंदा आली होती. अचानक. गेले जवळजवळ आठ महिने या घराकडे कुणी आलं नव्हतं. अधेमधे येऊन जाणारे साहेबही आले नव्हते. राधा आणि

लिंबाजी मागे बांधलेल्या पत्र्याच्या खोलीत राहात होते.

या छोटेखानी बंगल्याची राखण करायची, बागेची देखभाल करायची, बिलं भरायची, कुणी यायचं असेल तेव्हा बंगला साफ करायचा आणि आल्यावर जेवणाखाणाचं आणि इतर सगळं बघायचं– यासाठी हे जोडपं.

पण चार-पाच दिवसांपूर्वी पोस्टमास्तरने येऊन सांगितले की, 'घर तयार ठेवा. बाई पेशंटला घेऊन येताहेत.' तेव्हा राधा-लिंबाजीला आश्चर्य वाटलं. एक तर पोस्टमास्तरांकडे फोन आला आणि दुसरं मास्तर स्वत: सांगायला आले. बऱ्याच वेळा जहागीरदारांच्या हवेलीवर फोन यायचा.

यावेळी बाई आल्या ती मोठी गाडी घेऊन. पेशंटला स्ट्रेचरवर आणावं लागलं. लिंबाजीची आणि राधाची धांदल उडाली. बाईंच्या चेहऱ्यावर इतका ताण होता की, नोकरांनी न बोलता कामं चालू ठेवली. वृंदाचे वडील एक दिवस राहिले, पण एकही शब्द बोलले नाहीत. अतिशय गंभीर चेहऱ्याने गप्प राहिले. त्यांच्या चालण्यावागण्यातही ताण होता. चेहऱ्यावर अलिप्तपणा. हो-नाही सुद्धा ते मानेनेच सांगत होते. त्या दिवशी ते दोघेही बाप-लेक नीट जेवले नाहीत आणि रात्री उशिरा ते निघूनही गेले. जाण्यापूर्वी बाजूच्या झोपायच्या खोलीत वृंदाशी ते खालच्या आवाजात बोलत असल्याचं राधाला दिसलं.

मनात उत्सुकता असली तरी बोलणं बरं नाही, एवढं त्यांना माहिती होतं. त्याचबरोबर बाईंचं असं येणं, सगळ्यांनी गप्प असणं आणि इतक्या आजारी मनूताईला मुंबईहून हलवून इथे आणणं हे काहीतरी गंभीर प्रकरण आहे हे त्यांना जाणवत होतं.

एरवी वृंदा आणि तिचे गणगोत यायचे तेव्हा सारे उसळत्या उत्साहाने बोलत-वावरत असायचे.

"त्रास होत असंल त्यानला, लई लागलंय–" राधा चहा ओतत म्हणाली.

"दुखत असणारच. कमी का मार लागलाय? झोपेत ओरडत होती काल. इतका विचित्र आवाज! कुत्री रडतात तसा घशात अडकून बाहेर पडल्यासारखा! खाडकन जागी झाले मी! उठवलं तिला–"

"मला आवाज द्यायचा की! मी आले असते."

"इतक्या रात्री कसं उठवायचं? खरं तर मीच घाबरले होते. तिला स्वप्न पडलं काय की–"

"त्यांना ॲक्सिडेंट झाला ना? त्येच आठवत असंल–"

वृंदा चमकली.

सावरत म्हणाली, "तुला कसं माहिती?"

"आता गं बाय– हातपाय उगच तुटतात होय? जागेवरच? तुमी बी ना बाई–

आन तो आम्बुलन्सवाला म्हनला ना–''

तिनं नुसतीच मान हलवली.

''कसा काय झाला वो आपघात?''

पूर्ण सावरलेल्या वृंदाच्या चेहऱ्यावर नापसंतीची एक रेघ उमटली.

''कसा न् काय, झाला हे खरं! दोन दिवस शुद्धीत नव्हती. सगळ्यांच्या तोंडचं पाणी पळालं होतं.''

''तुमाला कवा कळलं?''

''ते विचारूच नकोस. आईबाबांनाच दीड दिवसांनी कळलं. काळजीनं अर्धमेले झाले होते. मला तीन दिवसांनी कळलं.''

''असं का वं?''

''मी अहमदाबादला गेलेली. तिथं कळून इकडे येईतो उशीर.''

''आईच्या सोबतीला बी कुनी नाई. समीरभाऊ परदेशात! पन बाई, एक सांगते, अडचनी आल्या तं अशाच यत्यात बगा. आपल्या जवळच्या हवेलीत– जागीरदाराच्या हवेलीतल्या आज्जी– त्या पडल्या, हाडं मोडली तवा असंच. आधी त्यांची हवेली दूर. जवळपास कुणी असल तं आपनच. अन् त्यांच्या एवढ्या मोठ्ठ्या हवेलीत ते आजोबा एकलेच! आत त्यांची बाईल पडली. बाथरूमात गेल्या म्हणे आन पडल्या. वरडल्या असतील पर आजोबाला ऐकाया यायला पायजे ना! त्यांना कमी ऐकाया येतंय. अर्ध्या-पाऊन घंट्यानं कळलं–''

वृंदाला हे माहिती होतंच. उडतउडत. राधाला अशी माहिती मिळवायचा फार नाद होता. आजूबाजूला काय चाललंय याची खबर तिला असे. वास्तविक लोणावळ्यात भोवतालचे बंगले खेटून नव्हते. लांब पसरलेले. मध्ये एखाद- दुसरी छोटी कॉलनी. जहागीरदारांचं घरही तसं जवळ नव्हतं. दोन-तीनशे मीटर तरी असेल अंतर.

मुंबईच्या गर्दीला कंटाळून बाहेर पडता यावं म्हणून अनेक लोकांनी लोणावळ्याला बंगले घेतलेले. श्रीमंती शौक वाटावा असा भाग. विवेकसह सगळे एकदा पिकनिकला म्हणून लोणावळ्याला गेले. तो परिसर, तिथली शांतता आणि स्वच्छ हवा या सगळ्या गोष्टींनी विवेक फारच भारावला. आणि 'आपण इथे घर घेणार' हे जाहीर केलं. वृंदाला आधी तो गमतीनं बोलतोय असं वाटलं, पण गंभीरपणे त्यानं हा निर्णय सांगितला तेव्हा तिला ते धाडसच वाटलं. मुळात मध्यप्रदेशातल्या ह्या माणसाला इतक्या लांब प्रॉपर्टी करायची गरजच काय, हा एक भाग आणि त्या घराची देखभाल ही दुसरी बाब. तिला हा निर्णय अमान्य होता. आणखी एका घराची व्यवस्था. तो काही मुंबईचा फ्लॅट नव्हता की सोसायटीत सुरक्षित राहील. इथे इतक्या बाजूला यायचं-जायचं कसं? येणार कोण? वेगवेगळ्या ठिकाणी जॉब करताना हे कितपत सोयीचं होतं, याविषयी ती साशंक होती. पण पाच वर्षांपूर्वी घेतलेला हा निर्णय तिला पहिल्यांदाच फायद्याचा

वाटला होता.

विवेक लोणावळ्यात प्लॉट घेऊन बंगला बांधायच्या नादालाच लागला होता. एक रिअल इस्टेट एजंट त्याला प्रामाणिक वाटला होता. त्याच्या मदतीनं त्यानं माहिती घेऊन चार-सहा चांगले प्लॉट्स शॉर्ट लिस्ट केले.

आबासाहेब जहागीरदारांची आठ-दहा एकर जमीन अगदी डोंगराला लागून होती. उतारवय आणि एक मुलगा तोही परदेशात, अशा स्थितीत त्यांनी त्या जमिनीचे दोन-तीन एकराचे प्लॉट पाडून विकायला काढले होते. या जमिनीवरच त्यांची मोठी हवेली होती. हवेलीच्या आजूबाजूची जमीन त्यांनी प्लॉटींग दिली तरी हवेलीभोवती पुरेसं अंतर ठेवूनच. त्यामुळे घरं झाली तरी त्यांच्या खाजगीपणाला कुठलीच बाधा आली नव्हती. विवेकने अर्धा एकराचा प्लॉट घेतला. त्यात हवेलीच्या जवळ ही छोटी बंगली बांधली. बंगल्याच्या एका बाजूला उंच टेकडी होती. ती पण आबासाहेबांच्या मालकीची असावी. पण हा स्पॉट त्याला पसंत होता आणि टेकडीच्या मालकीचा त्याचा संबंध नव्हता. म्हटलं तर कॉलनीत, पण तरीही थाडेसं दूर अशा पद्धतीनं त्यांची घरं दिसायची. कुठे घर बांधावे याचे बंधन नव्हते. त्यामुळे त्याला पसरट रूप आले होते. टेकडीच्या बाजूला जी झोपायची खोली होती, ती वृंदाने स्वत:साठी खास बांधून घेतली होती. इथे आल्यावर लोळत टेकडी न्याहाळत राहणे हा तिचा आवडता छंद होता. टेकडीवर एखाद-दुसरा गुराखी शेळ्या-मेंढ्या नाहीतर जनावरं घेऊन येई. चरताचरता गुरं पसरून जात. त्यांच्या काळ्या, पांढऱ्या पाठी हिरव्या उतारावर नक्षी काढल्यासारख्या दिसत. त्यांचे मध्येच येणारे आवाज शांततेत सुखावून जात. गुराखी पोरंही गाणी म्हणत. हिंदी सिनेमातली गाणी. आवाज चांगला की वाईट हा भाग नसेच. तरीही त्या सगळ्या ग्रामीण चित्रात ह्या हिंदी सिनेमाच्या गाण्यामुळे न जुळणारा रंग भरल्यासारखं वृंदाला वाटे. स्वप्न तडकल्यासारखं वाटे. तसं तिला त्यांच्या अंगावरच्या पँट-शर्ट मुळेही वाटे. खेड्यांकडून फारच मागासलेपणाची अपेक्षा आपण करतो असा विचारही मनात येई.

राधा आणि लिंबाजी या गुराख्यांना नावानिशी ओळखत होते. त्यांच्याशी गप्पा मारणे हा त्यांचा वेळ घालवण्याचा एक उद्योग होता.

ते दोघे गावात चक्कर करीत. लिंबाजी जास्त. त्यामुळे घरबसल्या वृंदाला बऱ्याच गोष्टी कळत.

लिंबाजी हटकून आबासाहेबांच्या घरावरून जाई. तिथे थांबून त्यांना भेटे. त्यांची पत्रं टाकणं, औषधं आणणं अशी छोटी छोटी कामंही करी.

हवेलीत आजी, आजोबा आणि कलाबाई राहात. बाहेर पहारेकऱ्याच्या खोलीत माळी आणि त्याची बायको असत. ते दोघंही फार वयस्क होते. आबासाहेबांच्याकडेच आयुष्यभर राहिलेले. माळीबाबाची आबासाहेबांवर परमेश्वरासारखी श्रद्धा होती. माळीणबाई

थोड्या फटकळ होत्या. त्यांचं आणि कलाबाईंचं अजिबात जमायचं नाही. तरीही घरातली कामं माळीणबाईच करीत. गावातून इतकं लांब येऊन कामं करायला माणसं तयार नसत.

लिंबाजीचं कलाबाईशी जमे आणि माळिणीशीही. त्या दोघींच्या तक्रारी तो ऐके. मग घरी राधाशी त्या विषयावर विस्तृत बोले.

हवेली, त्यातली माणसं हा लिंबाजी-राधाच्या आयुष्यातला केंद्रबिंदू होता.

आताही राधा आजीबाईंबद्दल बोलत होती.

आपल्या कोशातून बाहेर पडताना वृंदालाही हे संभाषण सुखाचं वाटत होतं. वेगळं म्हणून सुखाचं.

राधानं बोलत राहावं म्हणून संभाषण वाढवित ती म्हणाली, "त्या आजी पाऊण तास बाथरूममध्ये पडलेल्या– हे कुणाच्या लक्षात नाही आलं?"

"आजोबा बाहेर पोर्चमधे पेपर वाचीत बसलेले. म्हातारी आत पडली. बरं माळीबाबा बायकोसंगं गावात गेलेले. म्हातारी बेसुध झाली असेल मग शुद्धीत आली तशी वरडतीये वरडतीये. पर बाहेर ऐकायला कुटलं येतंय? आजोबाला कमी ऐकाया येतंय आधीच. यंत्र काढलं कानातलं तर बहिऱ्यावानीच. आजीबाईचा आवाज ह्येनीच ऐकला. तिथून चालले होते. मंग हेच आत गेले. आजोबाला सांगितलं. दोघं आत गेले तर बाई पडलेली. उठताबी येईना त्यानला. उचलून आनाय लागलं. ह्ये होते म्हनून बरं, एकटा म्हातारा काय करू शकला असता? आज्जीचं कमरेचं का मांडीचं हाड मोडलं म्हणे. लई तरास. बाई मानसाला असले दुखने नको व्हायला–"

ती थांबली. "अजून च्या देऊ का?"

तिनं मानेनंच होकार दिला.

"मानसीताईला काय झालं?"

"पाय मोडलाय. एक बरगडी पण! पाठीला चांगलाच मुका मार आहे. जबड्याचं हाड मोडलंय–"

"अग्ग बया" करीत राधेनं हनुवटीला हात लावला.

ती काही बोलायच्या आत वृंदा उठली. बोलणं तोडतोय असं वाटू नये म्हणून "मनूला बघून येते." म्हणत तिच्या खोलीकडे निघाली.

तेवढ्यात फोन वाजला. आत वळणारी राधा म्हणाली, "बाई, तुमचा फोन वाजतोय." तिला छोट्या मोबाईलचं फार आकर्षण होतं.

फोनवर विवेक होता.

"काय चाललंय?"

"आताच उठलेय. चहा होतोय. काल मनूला खूप त्रास झाला. रात्री जागीच होती. आत्ताच डोळा लागलाय."

"काही लागलं तर तिथे मनसुखला फोन कर. मी त्याला सांगून ठेवलंय. फोनवर कळवलं तर औषधं वगैरे पाठवील. तातडीची मदत लागली तरी बोलव त्याला. तुझ्या भिडस्त स्वभावानुसार गप्प बसशील. नाहीतर स्वत:च पळापळ करशील. सोसण्याचा सोस आहे तुला! नाहीतर असं कर, अनंताला बोलावून घे. रजा घेऊन येईल तो."

"तुम्ही कधी येताय?"

"आता तर आलो होतो. आता रजा मिळेलसं वाटत नाही. येण्याजाण्यात चार दिवस जातात. तरीही प्रयत्न करून बघतो. तू मनूची काळजी घेशीलच, पण स्वत:चीही घे. काही वाटलं तसं तर आईंना बोलावून घे. नाहीतर दादांना बोलावून घे सोबतीला!"

"नको नको." वृंदा घाईनं म्हणाली. "त्यांना कशाला त्रास? पुन्हा अहमदाबाद जवळ आहे का? या वयात तुम्हा मुलांशिवाय ते राहताहेत हेच खूप झालं."

"ते तू पाहा बुवा. तुझी इच्छा!"

विवेकच्या स्वरात नापसंती आहे या कल्पनेनं ती धास्तावली. म्हणाली, "अरे, सासऱ्याला कामाला लावलं म्हणतील लोक! त्यांच्या वयाचा आपण विचार करायला नको का? तू म्हणत असशील तर बोलावून घेईन."

"तुझं तू ठरव. रोहतांगमध्ये बसून मी काय करू शकतो? पण जपून राहा. लिंबाजीला अजिबात गावाला वगैरे जाऊ देऊ नकोस."

तिनं फोन ठेवला.

'उगाच काळजी करतो.' ती मनाशी म्हणाली. 'आणि दादांना कशाला बोलवायचं? बाप रे! नसती झंझट. एक तर ते जाम इनक्विझिटीव आणि चाणाक्ष. त्यांच्यापासून काही लपवून ठेवू हे संभवत नाही आणि विवेकला तरी खरं कुठं माहिती आहे? बिचारा इतका लांब आणि इकडचे उद्योग त्याला कुठं सांगायचे? शिवाय झाला प्रकार त्याला सांगण्यासारखा थोडाच आहे? कळेलच त्याला. पण कधीतरी निवांतपणे सांगू तेव्हा. मनू थोडी बरी झाली की कदाचित. त्यालाही शॉकिंग होईल. खरं तर आपल्या माहेरच्यांचं असं काही त्याला कळू नये. पण ही गोष्ट माझ्याच मनात डाचत राहणार! त्याला सांगितल्याशिवाय मलाच चैन पडणार नाही. त्याच्यापासून आपण कधी काही लपवलं नाही. ही गोष्टही लपणार नाही. पण त्याची योग्य वेळ यायला लागेल. योग्य वेळ तरी कोणती? आणि ती ठरवणार तरी कोण? एकूणच सगळा गोंधळाचा भाग. आणि तो माझ्या वाट्याला आलाय खरा! विवेक या प्रकरणात आईबाबांना दोषी धरेल. आपणही धरलंच की त्यांना जबाबदार!

इतकी कशी मोकळीक दिली त्यांनी? माझ्या बाबतीत किती स्ट्रिक्ट होते! कुठं चाललीस? कुणाबरोबर जातेस? कुणाशी बोलतेस? कितीतरी..

म्हाताऱ्या आत्याबाई तर जातायेता टोकायच्या. 'इतकी कशाला नटतेस? असं कशाला करतेस? तसं कशाला करतेस? मैत्रिणीचं नाव काय?' कितीतरी. आपल्याबाबतीत किती दक्ष होते! आता काय झालं? आत्या असत्या तर कदाचित हे टळलं असतं. अक्षरश: डोळ्यांत तेल घालून बसलेल्या असायच्या. रागही यायचा त्यांचा! उलटून विचारलं काही तर, रूपाची खाण आहेस म्हणायच्या. माझ्या भावाच्या जिवावर धोंडा. त्याची काळजी मी नाहीतर कोण करणार म्हणायच्या. तळहातावरचा विस्तव आहे बाई. हात पोळला तर हरकत नाही. खाली पडला तर घरादाराला आग लागायची भीती, म्हणायच्या.

त्या असत्या तर आईबाबांना आधार झाला असता.'

ती विचारात असताना राधा येऊन उभी राहिली. तिला वाटलं बाई काळजीत पडल्यात.

"तुम्ही काळजी नका करू बाई. मी करीन सगळं. एरवीच्याला तुमी कुनी नसता तवा कंटाळा येतो. चार माणसं घरात असली म्हंजे जीव लागतो. नाईतं लईच ओकंबोकं वाटतं."

"शेजारच्या जहागीरदारीण आजीला दवाखान्यात ठेवलं होतं का ग?" काहीतरी बोलायचं म्हणून वृंदा म्हणाली.

"तर वो, लईच आबाळ झाली त्या बाईंची! करनारं कुनी नाई."

"का? कलाबाई आहे ना? त्यांच्या नात्यातही आहे म्हणालीस तू."

"तर वो. आज्जीबाईनं तं असंच सांगितलं होतं. पर खरंखोटं परमेश्वर जाणे!"

"का ग? परमेश्वराला कशाला आणतेस इथे?"

"आत्ता गो बया! त्यो माळीबाबा अन् माळीणबाई येगळंच बोलत्यात."

"काय?"

"जाऊ द्या ना ताई. आज्जी पडल्या तवा कलाबाई गावाला गेलेल्या."

वृंदाला आता एकदम उत्सुकता वाटायला लागली. त्याची कारणं होती.

हवेलीत विवेक तिला ओळख करून द्यायला घेऊन गेला होता. आबासाहेब आणि जहागीरदारीणबाई समोरच होते. या वयातही उंचेपुरे, गोरे आणि भेदक डोळ्यांचे आबासाहेब वृंदाला प्रभावी वाटले. बोलायला लागले की त्यांच्या डोळ्यांतली भेदकता कमी होते असं वृंदाला वाटलं. त्यामानानं बाई तरतरीत होत्या, सावळ्या होत्या. त्यांच्या लहान कपाळावर ठसठशीत लाल कुंकू होतं. केस कुरळे-चापून बसवलेले आणि चापूनचोपून नेसलेलं लुगडं. आबासाहेबांपेक्षा उंचीला चांगल्या फूटभर तरी कमी असतील. जरीकाठी साडीतल्या, ठसठशीत पाटली-बांगडी हातात आणि जाणवावं असं जाड सोनसाखळीतलं मंगळसूत्र, गळ्याशी काळ्या पोतीत डोरलं– एखाद्या घरंदाज बाईला साजेसंच सगळं होतं. नेहरू शर्ट आणि धोतर अशा

पोशाखातले आबासाहेबही त्यांच्या जहागीरदार पदाला साजेसे वाटले.

चहा घेऊन एक बाई आल्या. जुन्या पितळेच्या तश्तरीत चहाचे कप होते. नक्षीकाम असलेल्या त्या तबकाकडे पाहात असतानाच तिचं लक्ष ते ठेवणाऱ्या हातांकडे गेलं.

गोरेपान हात आणि त्यात तांबड्या जरीठिपक्याच्या बांगड्या.

वृंदाने त्या बाईंकडे पाहिले. चाळिशी-पंचेचाळिशीची, बऱ्यापैकी उंच, शेलाटी पण सुंदर उभार असलेली, लाल गोरी, नऊवार नेसलेली बाई. सरळ नाक, उंच कपाळ. कपाळावर कुंकू नव्हतं, पण छोटं गोंदण होतं.

'विधवा आहे.' वृंदा मनात म्हणाली. ''कुंकू असतं तर मला त्यांची सून वाटली असती.'' ती नंतर विवेकला म्हणाली होती.

वृंदाच्या चेहऱ्यावरचं आश्चर्य जहागीरदारीणबाईंना अपेक्षित असल्यासारखं. त्या म्हणाल्या होत्या, ''कलाबाई, चहा आणलात. पाणी विसरलात. घेऊन या.'' मग तिच्याकडे पाहात म्हणाल्या, ''आमची नातेवाईक आहे. लांबून ह्यांची भाची लागते. नातं लांबचं आहे, पण कुणी जवळचं नातेवाईक नव्हतं तिला. आमचा पसारा मोठा. एक पोट जड नाही असं वाटून तिच्या आत्यानं आणून घातली इथे. आई-वडील एकापाठोपाठ एक गेले. नवरा तर आधीच गेला होता. आता इथं आमच्याकडंच असते.''

त्यांच्या आवाजात मोकळेपणा होता. घरातली गोष्ट त्यांनी सहज आपल्याला सांगितली हे पाहून वृंदाला बरं वाटलं. असं आपलेपणानं मुंबईत कुणी बोललं नसतं.

तरीही मोठे डोळे, सरळ किंचित चिंचोळं नाक, गोरा रंग आणि अंगानं भरलेली कलाबाई तिच्या लक्षात राहिली होती.

ती नंतर राधाला म्हणाली, ''कलाबाई पण नाही म्हंजे अवघडच! त्यांच्या हवेलीत तीच तर एक थोडी करण्यासारखी आहे. शिवाय नात्यातलं माणूस जास्त आपुलकीनं करतं. मोलं कितीही झालं तरी मोलंच काम करणार.''

राधा हसली. तिला सामोरं येत म्हणाली, ''नातं तर हायच. लई खोल हाय–''

वृंदा गोंधळून तिच्याकडं पाहू लागली. राधाच्या चेहऱ्यावर सूचक रेषा उमटल्या होत्या.

काही सत्य सांगताना ती सांगावीत की नाही, याबद्दल संभ्रम असतो. ती सत्यं इतकी लखलखीत असतात की, डोळ्यांना सहन होत नाहीत, जिभेनं उच्चारली जात नाहीत. उलट असत्याच्या पडद्यामागं ती सुरक्षित ठेवली की जगणं सोपं होतं. किंबहुना अशी झाकलेली असली तर विसरायला सोयीची होतात. सामोरं जाण्यापेक्षा माणूस ही सोयच पत्करतो.

मानसीच्या बाबतीतही असंच नव्हतं का?

"खोल म्हणजे?"

राधा या संधीची वाट पाहात असावी. आवाज खाली आणीत, चेहऱ्यावर गुप्तता दाखवत ती म्हणाली, "खोल म्हंजे वरवर काही दिसत नाही पर आत बरंच काय आहे. म्यां तरी असंच ऐकलंय. माळीणबाईकडून आन् आजूबाजूकडूनबी. आठरा-वीस वर्षांची होती तवापासून कलाबाई त्यांच्याचकडं हाय म्हने. अवो, तुमी पायलीत ना? आत्ताच अशी दिसते तं तवा किती देखणी दिसत असंल! बघणाऱ्याची नजर बेइमान होईल. काय ऱ्हाती? अवो जहागीरदारीणबाईच्या बरोबरीनं लुगडी नेसती. फरक एक. हिच्या अंगावर दागिनं बरीक कमी. अंगावर चार डाग चढवले तर आबासाहेबांची बाईल म्हणावं लोकांनी! आता म्या काय बोलू? लोक तेच म्हनत्येत!"

वृंदाच्या भिवया वर गेल्या.

राधा चपापली. आपलं बोलणं बाईला आवडलं नाही असं वाटून सारवासारव केल्यासारखं कानाला हात लावीत म्हणाली, "म्यां ऐकलं ते बोलले. माझ्या मनचं काही नाई. माळीणबाई म्हनल्या की, जागीरदारीणबाईला लई ताण ए कलाबाईचा. मला आश्चर्यच झालं. अश्राप बाई ती. तिचा मालकिणीला का म्हून ताप व्हावा? म्या इचारलं तसं तं म्हणाली की, आली अन् ठाण देऊनच बसली हिथं. नात्यातली म्हनून जागीरदारणीला बोलता येईना. मंग आबासाहेबापुढं बोलता येईना– असलं काय तरी सांगत होती–"

"लोक बोलतच राहतात. खरं काय ते देवाला आणि त्यांनाच माहिती." वृंदा म्हणाली.

"अहो, तीळभर तं काही असंल. माळीणबाई म्हनत होती जागिरदारीणीला जेवढी लुगडी, तेवढी कलाबाईला पन घेतात."

"अग भाची आहे त्यांची! नातं म्हटल्यावर करणार नाहीत?" शिवाय तिचं कुणी नाही जवळचं. हेच दोघं काय ते. ह्यांच्याजवळ तर आणून घातली म्हणे." वृंदा.

"पण आश्रित ना? शिवाय ताई, कलाबाईचं म्होतूर लावून द्यायचं की. आबासाहेब एवढे मोठे, त्यांचं नाव लई मोठं, शिकले-सवरलेले. समाजात ऊठबस मोठी. या भागात त्यांची पंचायत होती म्हनतात. मग या बाईला एखादा गरिबाचा का असंना, पोरगा पाहून लगीन लावाया काय हरकत होती? सारं आयुष्य कशापाई आसं ऱ्हायचं? लगीन झालं असतं तिचं तर तुमच्यावानी लेकरं असती तिची." वृंदाच्या मनात या बोलण्यानं विचारचक्र फिरलंच. तिचा चेहरा गंभीर झाला. बोलणं आटोपत घेत ती म्हणाली,

"तुमाला वाटलं मीच बोलते, पन ऐकलंय ते सांगतेय. आपल्याला काय करायचं? जग धा तोंडानं बोलतं, खरं की नाई? पन पाठीमागं बोलतं. समोर कोण

कुणाला म्हणतं?''

''खरंय. तू सांगतेस ते वेगळंच आहे. माझ्या तर डोक्यातही आलं नाही. उलट कलाबाई असती तर या लोकांना मदत तरी झाली असती एवढंच! ती कुठं गेली होती?''

''भावाकडं–''

''अरेच्चा? आता तू म्हणालीस तिला कुणी नाही, आता तू म्हणतेस भावाकडं गेली होती? हे काय गौडबंगाल?''

''सख्खा थोडाच? दूरचा असंल. ही बाई एकटी. पैसाअडका असलंच ना! तिच्या आईबापानं ठिवलेला आन आबासाहेबांनीबी जमीन-बिमीन ठेवलीये म्हने. नात्यातल्यांना लोभ असतोच ना. तसं असंल काई.''

''तुला बरं माहिती असतं–''

''आधी इथं अशी लांब लांब घरं. हवेलीच्या शेजाराला आपनच. आमाला त्यांचा आधार, त्यांना आमचा. आता जागीरदारीणबाई पडल्या. 'हे' नसते तं आबासाहेबांनी काय केलं असतं? त्यांचा मुलगा तिकडं परदेशात हाय म्हने. ते लागलीच कुठला यायला? दोन-तीन दिवस मीच जेवन देत होते. मानसं पायजेत बाई. परदेशात पोराला मोठ्ठा पगार हाय म्हने. पन करायचा काय तो पैसा? पैसा फेकून मानसं मिळतील मोलीनं, पन माणुसकी मिळते होय?''

''त्याला बोलावलं नाही?'' वृंदाला आश्चर्य वाटलं.

''आल्ता. ह्या लोकांचं बी काय कळत नाही. पोराची आई खाटेला आन आबासाहेब त्याला म्हनाले, तुझ्या सवडीनं ये. आमाला तर फार अजब लागलं. ह्यांनी विचारलं तर आधी म्हने त्याला फार काम असतं. पर मंग म्हनले मडमीनीशी लगीन केलंय.. ती इकडं येत नाही. नवऱ्यालाबी येऊ न्हाई देत. काय काय बघाया मिळतं रे देवा. गोठ्ठा पगारदार जरी असला, नोकरी मोठ्ठी असली तरी माणसाबिगर मोठी नाई.''

''शेवटी आला की नाही?''

''आला एकदाचा. पर ताई, तुमाला सांगते–लईच देखणा बगा. आबासाहेब तसंच दिसत असतेल. धा-पंधरा दिवस ऱ्हायला. अन् नवल म्हनजे मला आन् ह्यांना भेटाया आला. बक्षिशी द्यायला लागला हुता– पर आपन पैशासाठी थोडंच केलं? आबासाहेब आणि आईकडं लक्ष ठेवा म्हनाला. लईच मऊसूत बोलणं. एवढा परदेशात ऱ्हानारा पर मराठीत घडघड बोलत होता. नर्स शोधली आमी. ठेवली हुती निगरानीला–''

''मग?'' वृंदाला आबासाहेबांच्या घराची सगळी माहिती आपोआपच कळत होती. जणू त्यांना भेटायला गेली होती त्या बैठकीतून ती घरात फेरफटका मारत होती.

"मंग काय? कलाबाई आली. तिचा तोरा आन रुबाब. आन आज्जी आंथरुणावर पडल्यावर तर हीच बघणार! कलाबाईचं बाकी सोडा– लईच तोंड ए ताई. ती नर्सबाई आधीच कशीबशी तयार करून आनलेली. इतक्या लांब कोण येतंय? त्यात ही बाई तोंडाळ– झालं– भांडणं झाली, गेली सोडून."

वृंदा उठली, म्हणाली, "तुझ्या गप्पांत गुंतले तर इथंच दिवस सरेल."

राधा खुशीत हसली.

"बगा बरं– आल्या धरून तुमी गुमान बसत होत्या. तुमाला असं गुमसुम पायलं तर मलाच वाईट वाटत ऱ्हायचं. मानूस शिकलासवरला की मनातलं बोलाया कचरतो का वो? आमच्यासारखे घडाघडा बोलून मोकळे होतेत. अवो, आपल्याला वाटतं एकट्याला सारं करता येतं. येतं बी. मी न्हाई नाई म्हनत पर कधीमदी जीव हळवा होतोच ना! जवळचं कुनी येऊन पाठीवर हात जरी ठेवला तर डोळ्यांत पानी येतं. पन तसं कुनीतर सोबत लागतं ना."

वृंदा तिच्या चेहऱ्याकडे निरखून पाहात होती.

'राधाकडे पाहून या अडाणी बाईमध्ये असलेली समज कुणाला कळली नसती. अनुभवी आहे. त्याहूनही अनुभव शब्दांत चटकन सांगण्याची कला हिच्यात आहे आणि आधीच्या अनुभवविश्वाशी त्याची सांगड घालून निष्कर्षाप्रत येण्याची क्षमता या खेडवळ बाईत आहे. नाहीतर जसजसे अनुभव वाढत जातात, तसतशी अनुभवी माणसं नुसतीच गप्प होत जातात, जणू राग-लोभ-द्वेष यांच्यावर ताबा मिळवण्यापुरताच त्याचा उपयोग. आपले बाबा तसेच नाहीत का? सगळ्या भल्या-बुऱ्या अनुभवांचं खाद्य विवेक नावाच्या पक्षाला चारत राहायचं आणि स्वत:ला सज्ञान विवेकी करत गप्प बसायचं.

'आपल्या अनुभवांनी आपल्या अपत्यांना सुद्धा व्यावहारिक शहाणपण न देता, मूळ गाभ्याला झगझगीत सत्याच्या प्रकाशात न आणता बाजूबाजूंनी सांगत राहायचं. असं बीटिंग राऊंड द बुश हे बरोबर की, मुळातून अनुभव सांगून सत्य सांगणं बरोबर? राधा दुसऱ्या पद्धतीची. आपण पहिल्या प्रकारात वाढलो. सत्याला चुकवत. कुठेतरी काहीतरी चुकलंय खरं.' वृंदा नुसतीच बघतेय आणि बोलत नाही हे पाहून राधाला वाटलं बोलण्यात तिचं काहीतरी चुकलंय. तिला अपराध्यासारखं झालं.

"तुमाला नसेल आवडत तं ऱ्हाऊ द्या."

"तसं नाही. उगाचच इतर लोकांच्या उद्योगात आपण कशाला जायचं असं वाटतं."

"इतर लोक कशे? त्ये आपले शेजारी. दिवसरात्र त्यांच्याशी आपला संबंद हाय. आडल्यानडल्याला आपन तं त्यांचं करनार आन आमाला काई झालं तं त्यांचीच मदत होनार. त्येंना रग्गड मुलगा हाय पर काय उपेगाचा? आन आमाला

तं मूल-बाळ बी न्हाई. धर-धराव लागणार का न्हाई? मनूताईला तुमी हाय. माया हाय तवा तं करताय?''

वृंदानं सुस्कारा सोडला.

''अगं, साहेबांना बॉर्डरजवळ जावं लागलंय म्हणून हे करणं शक्य झालं. आमचंच कुठं सियाचीन, राजुरी असं पोस्टिंग असतं तर काय केलं असतं? ही तर खैर झाली की, मी अहमदाबादला होते आणि सासऱ्यांची तब्येतही ठीक होती. म्हणून येता तरी आलं. नाहीतर लांब राहायचं, नुसतीच काळजी करायची. मुंबईत तरी कोण? आई-बाबा. त्यांना रेटलं पाहिजे. तिथे घड्याळाच्या काट्यावर येणारे नोकर. वाटतं आपल्याला पण मदत पाहिजे. माझं सिव्हिलला कुठेही पोस्टिंग असतं तरी मी नेलंच असतं म्हणा. वेळेला नाही तर नाती पाहिजेत कशाला?''

''खरं आहे.'' पुटपुटत राधा बाहेर गेली.

खिडकीतून दिसणारे डोंगर, त्याच्यावरची मळकी, हिरवी झाडं, आभाळात तरंगणारा पांढरा ढग, बागेतल्या गुलाबाला लागलेली दोन फुलं याकडे वृंदा आळीपाळीनं पाहात राहिली. बागेची दुरवस्था तिला खटकली. पण सध्याच्या घडीला लिंबाजीला ती रागावूही शकत नव्हती. कारण तो आणि राधा यांच्या आधारावर तिनं मनूला आणण्याचा निर्णय घेतला होता.

विवेक आर्मीत असल्यामुळे तिच्यात आपोआपच शिस्त आली. निदान घर सजवण्यात, ठेवण्यात तरी! तिला तिचा मूळचा थोडासा आळशी स्वभाव सोडावाच लागला होता. त्यात विवेकला लवकर बढती मिळत गेली होती. कर्नल असल्यामुळे मोठे बंगले, मोठ्या बागा तिला नित्याच्या होत्या. ऑर्डर्ली, बेअरा, माळी, कुक हे लोक पोस्टिंग झाली की मिळत होते. हे कामावरचे लोकही बहुतेक मिलिटरी खाक्यातले असल्यामुळे व्यवस्थित राहायचे. साहेब आणि मेमसाहेबापासून चार हात दूर. फारच क्वचित कुणी नोकर मनाच्या जवळ यायचा. तेवढा वेळही नसायचा. पार्ट्या, मेस, तंबोला, पत्ते यांत बहुतेक संध्याकाळी बुडालेल्या. उरलेल्या वेळात घर, ब्रीज खेळणं, किटी पार्टीज.

वृंदाला वाटलं होतं त्यापेक्षा खूपच वेगळं आयुष्य. तिच्या मध्यमवर्गीय मनाला कधी कधी या सगळ्याचा कंटाळा येई. ''एकदा आलेलं आयुष्य पुरेपूर भोगलं पाहिजे,'' तिच्या किटी पार्टीतल्या मैत्रिणी म्हणत. 'खाओ, पिओ, मौज करो' असं सुखवीर म्हणे. रात्री मेकअप पुसताना ती विवेकला विचारी, ''एकदा आलेलं आयुष्य भोगायचं-ओ.के. भोगावं, पण किती? पिकनिक, पार्ट्या, ड्रिंक्स, परत परत घेणं यांत रीपिटिशन आहेच की! यात कोणता अनुभव मिळतो? म्हंजे दरवेळी नवा अनुभव मिळतो? शिवाय खाणं-पिणं-मौज एवढंच आयुष्य असतं का? त्या पलीकडेही आयुष्य आहे की नाही?'' विवेक हसायला लागे. ''तुम्ही महाराष्ट्रीय

माणसं ना, जरा जास्त विचार करता. तुमच्या टिळक-आगरकरांनी तुम्हाला इतकं विचारी करून टाकलय– कंडीशण्ड करून टाकलंय दॅट यू डोंट थिंक आदरवाईज. मजेत जगणं म्हणजे मोठा अपराध करणं असं वाटतं तुम्हाला! पाप असल्यासारखं इतकं गंभीर कशाला राहायचं? सतत विचार, आयुष्याचा विचार.''

''तूही महाराष्ट्रीयनच आहेस.'' ती हट्टाने म्हणे.

''हो! बट विथ डिफरन्स. मी मध्यप्रदेशात वाढलोय. आय ॲम नॉट अ टिपिकल महाराष्ट्रीयन लाईक यू!''

''तुला आवडतं असल्या पार्ट्यांत जाणं, पिणं, अडखळत चालणं, बोलणं? डार्लिंग, डियर म्हणत इतरांच्या बायकांना संबोधणं? मला किळस येते.'' वृंदा म्हणे.

''हेच ते, हीच ती मध्यमवर्गीय मनोवृत्ती.''

''ती नीतितत्त्वावर आधारलेली आहे अन् मुळीच वाईट नाही. आपली मुलं झाली की मी आई-आबांकडे ठेवीन.'' वृंदा म्हणे. मग तो लाडात येऊन ''होऊ तर दे, मग बघू'' म्हणत तिला कुशीत ओढून घेई.

आता बागेकडे पाहताना तिला वाटलं, 'विचार कुठे सुरू होतात आणि कुठे जातात?' विवेकच्या आठवणीने ती हुरहुरली. त्याच्या मिठीसाठी आसुसल्यासारखी झाली. 'बागेसाठी वेगळा माळी ठेवते. थोडं लॉन लावून घेते. ऑस्ट्रेलियन लॉन लावते म्हणजे कापायची कटकट नाही. विवेकशी फोनवर बोलून घेते.' तिलाच हसू आलं. ती असं काही म्हणाली तर 'करलो भय्या, इसमें पूछने की बात थोडी है?' असं उत्तर तिला हमखास मिळालं असतं. 'तू टिपिकल सती सावित्रीसारखं विचारलंस' म्हणून थोडी टिंगलही झाली असती. पण त्याला कुठेतरी ते विचारणं सुखावून गेलं असतं, याची तिला खात्री होती.

'तरीही मनूच्या अपघाताविषयी त्याला काय वाटेल, हा भयाचाच भाग आहे. एका दृष्टीनं तो इथे नाही तेच बरं म्हणायचं. तो असता तर आपण तिला इथे आणलं असतं का?' तिने मान झटकल्यासारखी केली. 'विचारच नको!'

''ताई..'' अस्पष्ट, अडखळत, तोतरं बोलल्यासारखा आवाज आला.

''मनू.'' ती घाईने मनूकडे धावली.

मानसीने डोळे उघडले होते. ती छताकडे पाहात होती. तिच्या काळ्याभोर पापण्या, मोठे, भुरे डोळे तजेला लोपल्यासारखे दिसत होते. डोळ्यांखाली काळी वर्तुळं आली होती. वृंदाच्या मनात कालवल्यासारखे झाले. अतीव मायेने तिचा स्वर मृदू झाला.

''उठलीस का? मी तुझ्या उठण्याचीच वाट पाहात होते. झोप झाली का?''

मानसीने होकारार्थी मान हलवली. तिच्या चेहऱ्यावर वेदना उमटली. तिने

बळेच हसण्याचा प्रयत्न केला. तेवढ्यात लिंबाजी पाण्याची बादली-भांडं घेऊन हजर झाला. बरोबर पेस्ट अन् ब्रशही!

ते पाहून मानसी म्लान हसली अन् नकारार्थी मान हलविली. ''चूळ भर.'' म्हणत वृंदाने तिला बसती केली.

लिंबाजी घाईने उशा लावू लागला. चहा घेईपर्यंतचा अर्ध्या तासाचा कार्यक्रम झाला. तेवढ्यानंच मानसीला थकल्यासारखं झालं.

''नाश्त्याला थोडी पेज करते. तू पड.'' म्हणून वृंदा गेली. मानसीच्या डोळ्यांत पाणी आले.

''हाऽऽ रडायचं नाई. आत्ता बऱ्या व्हाल तुमी. बाईसाब इतकं करत्यात तुमचं– तेंच्या हाताला अपेश येणार नाही.'' लिंबाजी म्हणाला. त्याच्या बोलण्यात मालकिणीविषयी प्रेम, आदर, निष्ठा स्पष्ट दिसत होती.

'नाहीतर आपल्याकडं काम करणारी निशा! मुंबई माणूसपण गमावून बसलीय. घड्याळ्याच्या ठोक्याला येणार अन् काट्यानुसारच बाहेर पडणार! मग तुम्ही मेलात की जिवंत आहात याच्याशी त्यांना देणं-घेणं नाही. ताई येईतो घरात काय गोंधळ!' तिच्या मनात आलं. आई-आबांच्या जिवाची तगमग, धडपड आणि राग. तिच्या डोळ्यांपुढं एकदम दवाखाना आला.

शुद्धीवर आल्यावर फक्त आपण आत्यंतिक वेदनेत आहोत एवढंच जाणवलेलं! समोर धूसर पडद्याआड आई अन् दोन-चार अपरिचित चेहरे. त्यामागे त्रिलोकचा पी. ए.

'त्रिलोक'.

एवढा एकच विचार. पण विचारणार कुणाला? आणि पुन्हा वेदनेत कासावीस होणं. वेदनेच्या लोळासह पुन्हा आपण अंधारात लुप्त झालो. किती वेळ?

डोळे पुन्हा उघडताना कुणीतरी म्हणाले, ''शुद्धीवर येतेय.''

अस्पष्ट धूसरतेतून प्रकाशात येणे.

डोळे उघडले.

आई, बाबा, नर्स.

बस्स एवढेच.

आणि प्रचंड वेदना.

जड पडलेला जबडा, न हलणारं शरीर.

पुन्हा डॉक्टर.

हातापायांना जोडलेल्या नळ्या. उभे स्टँड.

आणि आईच्या डोळ्यांतली खोल कातरता.

जवळून सरकून आबा खिडकीपाशी.

नंतर ते तिथेच! बहुतेकवेळी.

अलिप्त. स्वत:च्या शरीरातून बाहेर पडून स्वत:कडे पाहात असल्यासारखे!

गुंगीत कधी तर कधी स्वच्छ आठवण.

पण खालचा जबडा फ्रॅक्चर झालेला. तोंड बंद.

तेही बरंच!

आबा इकडे तिकडे झाले की, आईचे दबल्या आवाजातले प्रश्न.

"तू कुठे गेली होतीस? बंगलोरला कशाला? तू तर मला चिन्मयीकडे जाते म्हणाली होतीस? कुणाबरोबर? तो माणूस कोण होता? तुझ्या ओळखीचा कसा झाला? आठवडाभर तू त्याच्याबरोबर राहणार होतीस का? तुला कुठे भेटला?"

आईच्या प्रश्नांना तिच्याकडे उत्तरे नव्हती! ती बोलूही शकत नव्हती.

वेदनेच्या वावटळीत सापडलेला, गोंधळलेला आईचा चेहरा. आणि शारीरिक वेदनांच्या विळख्यात ती स्वत:!

बाबांच्या पावलांच्या आवाजाबरोबर आईचे प्रश्न करकचून ब्रेक लागलेल्या गाडीसारखे थांबायचे. तिला ठाऊक होतं की, त्या प्रश्नांना अंत नव्हता. पण आईच्या मनात त्याच वेगानं ते फरफटत जात असणार. तिचा चेहरा सांगायचा.

"लोअर जॉचं फ्रॅक्चर ऑपरेट करून टाकावं लागणार. त्याच्याआधी पायाचं ऑपरेशन होणार नाही." डॉक्टर म्हणाले. बाबांच्या प्रश्नार्थक चेहऱ्याकडे पाहात ते पुढं म्हणाले, "जबड्याचं म्हणजे मँडीबलचं फ्रॅक्चर आहे. बाकी सगळं नॉर्मल आहे. उद्या सकाळी सात वाजता ठरलंय."

"काय असतं?" आईने धास्तावून विचारले.

"काळजीचं कारण नाही, हनुवटीवरच आदळली असावी. तिथे धातूची प्लेट टाकावी लागेल किंवा वायरिंग करावं लागेल. ठीक होईल. काळजी करू नका. कारण ते झाल्याशिवाय त्यांना खाताही येणार नाही."

"ते केल्यावर किती दिवसांनी खाता येईल?" बाबांनी स्वरातला तिरसटपणा लपवीत विचारलं.

"फार लवकर. म्हणूनच काळजीचं कारण नाही. आजकाल मेडिसीन खूप पुढे गेलंय. पूर्वीसारखं नाही. शी विल बी ऑल राईट सून. जीवावर बेतलं होतं मात्र! यांच्या गाडीचा ड्रायव्हर. गेलाच तो!" शेवटचे शब्द ते पुटपुटल्यासारखे बोलले. ते तिला नीट ऐकू आले नाहीत.

काही कळून घेण्याच्या मनस्थितीत ती नव्हतीही.

किती वाजलेत? किती तारीख? कोणता दिवस? दिवस की रात्र? या सगळ्याचाच तिचा गोंधळ होता.

किंबहुना काळाचं भान संपलं होतं!

जे करत होते ते करवून घेणं एवढंच हातात होतं.

उरलेल्या वेळात वेदना कमी व्हाव्यात म्हणून देवाची आठवण, इतकंच!

उताणं पडल्यावर दिसत होतं ते खोलीचं छत, खिडकीच्या तुकड्यांतून दिसणारा आकाशाचा निळा रंग, नर्सेस, डॉक्टर्स, आई, बाबा.

या जगातून थंड ऑपरेशन थिएटर, लाईट्स, अंधार आणि वेदनेसह पुन्हा त्याच जगात प्रवेश.

भिंती, छत, खिडकी, मळलेला पडदा.

फरक एक– जड पडलेला जबडा आणि डोक्यावरून हनुवटीवर जाणवणारी बँडेजेस!

''दिवस अन् रात्रीचा काऊंट संपलाय तिच्यापुरता! बरं आहे ना इन अ वे. म्हंजे तिच्या त्रासाबद्दल नाही बोलतंय मी–''

तिच्या जागृतीच्या क्षणीचं वाक्य. तिच्याच मैत्रिणीचं!

नेहाचा आवाज.

तिने डोके हलवण्याचा प्रयत्न केला.

''डोन्ट बी सिली यार. हाऊ कॅन यू बी सो क्रुएल? असं लोळागोळा होणं बरं असतं का? निदान इथे तरी तू गप्प बस.'' कुणीतरी नेहाला दटावलं.

''शी इज कमिंग अराउंड आय सपोज.'' मनोजचा आवाज.

म्हणजे मी जिवंत आहे?

तिने डोके हलवले. सपाटून वेदना, डोळ्यांच्या कडांतून पाणी झिरपले. मनोज तिच्याजवळ होता. बोटाने ते थेंब उचलीत तो म्हणाला,

''मनू, कसं वाटतंय?''

तिच्या डोळ्यांतल्या कारुण्यानं तो हेलावला.

''यू आर गोईंग टू बी फाइन. फार शूर मुलगी आहेस तू. आता धोक्याच्या बाहेर आहेस. लवकरच चालू-फिरू लागशील. ह्या ऑपरेशननंतर चार-सहा दिवसांत खायला वगैरे लागशील. वाईट वाटून घेऊ नकोस. एकदम ठणठणीत होशील.''

''मन्या, तू चांगली होशील. थोडी ब्युटी ट्रीटमेंट डॉक्टरांनी केलीय खरी, पण नॉट टु वरी. झकास आराम कर.'' नेहा सवयीप्रमाणे हसली. मनोजने तिला डोळ्यांनी गप्प केले. तेवढ्यात नर्स हजर झाली.

''पेशंटपाशी गर्दी करू नका. चला, चला बाहेर. एकावेळी एकजण. दोन दिवस तर झालेत ऑपरेशनला. इन्फेक्शनची भीती असते गर्दीमुळे. फक्त एकजण थांबा आत एकावेळी.''

मनोज बाहेर गेला तशी नेहा तिच्याजवळ वाकली.

''तुझ्या आईबाबांना कळलं सगळं? म्हंजे अपघाताचं तर कळलं असणारच.

पण त्रिलोकबद्दल? तू काही बोललीस? आई मला खूप खोदून खोदून विचारत होत्या. मी अजूनतरी काही नाही सांगितलं. काय करायचं?''

नेहा तिच्या चेहऱ्यावर उत्तर शोधीत होती. दोघीही हतबल. एकमेकींकडे पाहात होत्या.

थकून मानसीने डोळे मिटले. नेहाचं लक्ष तिच्या हाताकडे गेले. नळ्यांच्या भेंडोळ्यातून तिची बोटे हलली. त्या क्षीण हालचालीचा अर्थ तिने आईला नाही सांगितले तेच ठीक, असा नेहाने काढला.

वृंदा आली. आई-बाबा तिच्या जवळजवळ गळ्यातच पडले. त्यांची अवस्था विकलांगासारखी झाली होती. समीरची जागा आपल्याला घ्यावी लागणार, हे तिनं येताच जाणलं. तिने कंबर कसली. घराकडे आई लक्ष देऊ शकत नव्हतीच. पसारा आवरण्याचा मोठा कार्यक्रम तिनं हाती घेतला. तिच्या त्या पवित्र्यानं मृत्यूची सावली जणू दूर सारली गेली. घरावरची औदासीन्याची मरगळ झटकल्यासारखी झाली. मुख्य म्हणजे, आईबाबांना 'संपलं सगळं' ही जी भावना झाली होती ती काही अंशानं तरी कमी झाली.

रात्री आईबरोबर दवाखान्यात थांबण्याचा निर्णय तिने घेतला, तो तिच्याशी मोकळं बोलता यावं म्हणून. मानसीला झोप लागली असे पाहताच त्या दोघी बाल्कनीत आल्या. हळूहळू मायलेकी मोकळ्या होत गेल्या.

''इतका मोठा अपघात झाला कसा आई?'' तिच्या प्रश्नाने आठ-दहा दिवसांचे दबलेले दुःख बाहेर आले.

''मला तर काही समजतच नाहीये अजून. हे इतके गप्प झालेत की, धैर्य होत नाही विचारायला आणि आधी, आधी विचारायला गेले तर वसकन् ओरडायचे चिडून. मग मीच विचारणं बंद केलं.''

''झालं कसं हे?''

''आता काय सांगू तुला? चिन्मयीकडे जाते म्हणून म्हणाली. कसलं प्रोजेक्ट करायचं म्हणाली. रात्री तिच्याकडेच थांबून कॉलेजमधूनच जवळच्या खेड्यांतल्या लेण्या आहेत तिकडे जाणार आहोत, असं म्हणाली. आठवडाभराचा कार्यक्रम होता तिचा म्हणे.''

''पण तू इतर चौकशी केली नाहीस?''

''आता तुमचे हे नवनवे अभ्यास. आम्हाला कळत नाहीत.''

'' आणि बाबा? ते तर थांबवू शकले असते. मला कधी तुम्ही अशी सवलत दिली नाही, मग आता का मऊ झालात?'' वृंदाने आश्चर्याने विचारले.

आईने मोठा सुस्कारा सोडला.

''तेच तर सांगते ना! तुला स्वातंत्र्य दिलं नाही. मनासारखं शिकू दिलं नाही.

विवेकनं मागणी घातली अन् आम्ही उतावळ्यासारखा होकार देऊन टाकला. जास्त चौकशी केली नाही.'' तिच्या दुखऱ्या स्वरामुळे वृंदानं तिचा हात हातात घेतला अन् बळेच हसून म्हणाली, ''माझं काही वाईट झालं नाही. विवेक चांगला आहे. पैसा आहे. राजा-राणीसारखं राहतोय.''

''तेच गं! किती दिवस असा दोघांचा संसार? आठ वर्षे झालीत तुझ्या लग्नाला. अपराधी वाटतं. विवेकच्या घरात परंपरेने अत्यल्प संतती आहे हे लक्षातच आलं नाही.''

''सोड गं ते! मी विचारतेय ते वेगळं.'' वृंदा म्हणाली.

''सोडून नाही ना देता येत. तुझ्या आबांच्या जिवाला भारी लागून राहिलंय. म्हणून मनूला पूर्ण सवलत दिली तर तिनं हे फळ दिलं.''

''ती खोटं का बोलली? गेली होती कुठं?'' वृंदा अधीर झाली होती.

''इथं मुंबईत सकाळी घरातून गेलेला माणूस रात्री परततो घरी. कामावर जातो किंवा कॉलेजात. कामावर जातो म्हणाला तर विश्वास ठेवण्यापलीकडे कोण काय करू शकतो? तू, समीर असेच वाढलात. आपल्या प्रेमावर, संस्कारांवर विश्वास ठेवायचा या पलीकडे आई-वडील काय करू शकतात? तेच संस्कार मनूवर केले. पण ही मुळात वेगळीच आहे. ज्याला आम्ही विरोध करू ते ती करायची, पण नेहमी नाही. तुला कधी मैत्रिणीकडे मी राहू दिलं नाही. पण ही पिढीच वेगळी म्हणावी लागतेय. हिच्या मैत्रिणी आपल्याकडे येऊन राहायला लागल्यामुळे आम्ही थोडी मोकळीक दिली.''

''गेली होती कुठे ते कळलं का?''

''बंगलोरला.'' आई तुटकपणे म्हणाली.

''काय?'' वृंदा थक्क होत म्हणाली, ''कुणाबरोबर?''

''कुणी त्रिलोकसिंग म्हणून आहे.''

''तुला माहिती आहे?''

आईने खेदाने, दुःखाने नकारार्थी मान हलविली.

''तुला संशय आला नाही?''

''वाटलं मध्ये एकदा संशयासारखं. कारण सारखे फोन यायचे. आता मोबाईल आहेत. तिला कॉलेजमध्ये कधीकधी उशीर व्हायचा. संध्याकाळ होऊन जायची म्हणून मोबाईल घेऊन दिला. त्याच उपकाराची मनूनं अशी फेड केली.''

वृंदा नुसतीच बसली.

डोक्यात प्रश्नांचे भेंडोळे घेऊन. मग एकदम म्हणाली, ''अगं, अपघात गाडीचा झाला ना? याचा अर्थ ती बसने वगैरे नाही, स्वतंत्र गाडीने गेली. हा मुलगा गाडीवाला असेल तर श्रीमंत असेल. नावावरून आपल्यापैकी नाही.''

"तिच्या वर्गातला?"

आईने नकारार्थी मान हलवली.

"कॉलेजातला?"

आई गप्प.

"तुला काहीच माहीत नाही?"

आईने वेदनेने वृंदाकडे बघितले.

"तू काही विचारले नाहीस?"

"कुणाला विचारू? हिला जबड्याचं फ्रॅक्चर, हातापायांची फ्रॅक्चर्स. तिचा जीव जगवण्याची धडपड. तिला बोलता येत नाही. त्याच्या गाडीचा ड्रायव्हर अपघातात मेला. बरोबरच्या त्रिलोकसिंगला हे पाहायला गेले, तिथे धूम गर्दी आणि भरपूर सुरक्षा होती म्हणे. ह्यांनी लांबून अंदाज घेतला. मग त्याला ब्रीचकँडीला हलवलं म्हणे. मी पाहीलं नाही. हे एकही शब्द सांगत नाहीत, पण आपल्याला कळतं. माझी नुसतीच तगमग. बरं इतर कुणाला विचारावं म्हणून नेहाला विचारलं तर ती यायचीच बंद झाली."

वृंदा विचारात पडली. उघडच आईला फारसं माहिती नव्हतं.

"आधी कधी मनू अशी बाहेरगावी गेली होती का?"

"तिला आर्किटेक्चरचा अभ्यास म्हणून बाहेरगावी जावं लागतं तशी ती गेली होती. मागे गोव्याला गेली होती. साधारण सहा महिन्यांपूर्वी तिथल्या चर्चेसचा अभ्यास करायचा म्हणून."

"हंऽऽ" करून वृंदा गप्प झाली खरी, पण आई-आबांच्या मनाचा गोंधळ, आबांचा राग, आईची असहाय्यता, तिला कळत होती.

"आपल्या मुलीनं असं करावं, हे कुठल्या आई-वडिलांना वाटेल? वर्तमानपत्रांतून बातम्या येतात अशा तेव्हा जीव घाबरा व्हायचा माझा. आता म्हणून नाही, नेहमीच, तुझ्यावेळी सुद्धा. तू तर मनूला फार उजवी होतीस. लोक म्हणायचे की, अप्सरेसारखी सुंदर आहे. परीसारखी दिसायचीस तू लहानपणी. मनू त्यामानानं सावळी, पण पाणीदार! नाक-डोळे तरतरीत, बोलायला फटाकडी. म्हणून मला सारखी काळजी वाटतच होती. ती खरी निघाली. त्या त्रिलोकची माहिती काढायला हवी. पण हे तर कुणा नातेवाइकाला सुद्धा कळवू नको म्हणाले. पण आम्हां दोघांना रेटेना सगळं. समीरला सगळं कळवून तरी काय करायचं? तो येऊ शकत नाही, म्हणून त्यालाही बोलू नको म्हणाले." तिचा करुण स्वर ऐकून वृंदाने हात जोडले.

"बाबा म्हणजे ना– तू समीरला कळवलं नाहीस?"

"बोलले परवा फोनवर, पण सगळं नाही सांगितलं." 'सगळं' शब्दावर आईनं जोर दिला.

वृंदा हॉस्पिटलमध्ये सोबतीला असताना आठवड्यानंतर एका दुपारी अचानक नेहा आली भेटायला! डोकावली आधी. कोणी नाही असं पाहून आत आली. वृंदाला पाहताच चपापली. वृंदाने मात्र चेहरा कोरा ठेवीत स्वरात उत्साह आणला.

''अगं नेहा तू? अशी कशी गं मैत्रीण? अगदी फिरकत नाहीस?''

नेहा भेटून निघाली तशी वृंदाही खोलीबाहेर पडली. मनूला म्हणाली, ''काही लागलं तर बेल वाजव. मी हॉलमध्येच आहे. चल, नेहा.''

चल नेहा म्हणून तिनं नेहाला चहाचा आग्रह करून कँटीनकडे नेले.

''हा त्रिलोक कोण?'' तिने आडवळण न घेता सरळ प्रश्न टाकला. नेहा गडबडली. तिला असा सरळ प्रश्न अपेक्षित नव्हता.

''तुला माहिती आहे सगळं? हे बघ नेहा, तू आणि मनूने बरोबर आर्किटेक्चर करायचं ठरवलं. शाळेपासून तुम्ही बरोबर आहात. आई-बाबांनी तुला विचारायचा प्रयत्न केला, पण तुम्ही पोरी... जाऊ दे, सांग.''

''हे त्रिलोकसिंग म्हणजे मनूचे मित्र आहेत.''

''मित्र आहेत? इतक्या आदरानं मेव्हणा झाल्यासारखी काय बोलतेस?''

''ते मोठे आहेत– म्हणजे खूप मोठे.''

''वयाने? तुमचे लेक्चरर?''

''नाही, मोठे उद्योगपती.''

''काय? अन् तुम्हाला हा मोठा उद्योगपती कुठे भेटला? आणि ही त्याच्याबरोबर एकदम बाहेरगावी जायला निघाली? काय घोळ आहे? नीट सांग.''

वृंदाच्या स्वरात अधिकार होता. नेहाने वृंदाला नेहमीच मोठ्या बहिणीसारखे मानलेले. तिला खोटे बोलणे शक्य नव्हते. मानसीच्या अपघातापासून ती एका अपराधी भावनेचं ओझं वागवीत होती.

''त्रिलोकसिंग मोठे उद्योगपती आहेत म्हैसूरचे.''

''म्हैसूर?''

''हो, म्हणजे मूळचे दिल्लीचे आहेत. आम्ही ओल्ड आर्किटेक्चरच्या अभ्यासाच्या संदर्भात एक्सकर्शन म्हणून म्हैसूरला गेलो होतो. दोन आठवडे तिथे होतो. पहिल्या दोन-तीन दिवसांत एका मंदिरात ते आमच्या ग्रुपला भेटले. अगदी सहज. आम्ही चौघाचौघांचा गट केलेला. मी, मनू, मनोज आणि सोनल तेजवानी. भरपूर एंजॉय करायचं म्हणून गेलेलो. म्हणजे काम आणि गंमत एकत्र. जवळच्याच एका छोट्या मंदिरात गेलो होतो. मंदिर पाहून बाहेर पडलो तर मन्याचा सँडलचा स्ट्रॅप तुटला. पाय मुरगळला. आम्ही सर्व खिदळतच होतो. ''आता तशीच चल. कुठेतरी एखाद्या दुकानात साध्या स्लीपर्स मिळाल्या तर घे.'' म्हणत होतो. ती रडवेली झाली होती. शेवटी फ्रूट ज्यूस आणायला मी व मनोज गेलो. परतलो, तर हा माणूस उभा होता.

ओळख नव्हतीच. आमच्या प्रश्नार्थक चेहऱ्यांकडे पाहून सोनलने ओळख करून दिली, ते हे त्रिलोकसिंग.

"तो एवढा मोठा माणूस तिथं काय करीत होता?"

"त्या मंदिराचे ट्रस्टी त्याचे मित्र कम सल्लागार कम जवळचे होते म्हणे. त्यांना भेटायला ते नेहमी यायचे. परत जाताना या दोघी दिसल्या. सोनल एकदम फास्ट आहे. स्मार्ट, मॉडर्न. त्यांनी सहज चांगुलपणानं थांबून विचारलं असं नंतर मन्या म्हणाली. सोनलने फटकन त्यांना प्रॉब्लेम सांगितला. त्यांनी हिचा सुजलेला पाय बघितला. तिला लिफ्ट देतो म्हणाले. आम्हाला आंधळा मागतो एक डोळा सारखं झालं. पण गाडीत ती एकटीच जाऊ शकत होती."

"आणि तुम्ही जाऊ दिलं?"

"ताई, ओपन ट्रक टाईप होतं ते वाहन. त्यात त्याचा ड्रायव्हर, तो. शिवाय हिच्या सुजलेल्या पायासह बसमधून जाणं शक्य नव्हतं. आणि चालावं लागणारच होतं. आम्ही थांबलो होतो त्या हॉटेलात पोचवतो असं ते म्हणाले. मंदिराच्या विश्वस्ताचा मित्र म्हणजे माणूस चांगला असेल असं मनोजही म्हणाला. त्यांनी पोहोचवलंही. इतकंच नाही तर पोहोचवण्याआधी तिला डॉक्टरकडे नेऊन पायाचा एक्स-रे वगैरे करून घेतला. तात्पुरती औषधंही दिली."

"पण नंतर प्रकरण इथपर्यंत कसं आलं?"

"मला नक्की कल्पना नाही. कारण ती पायामुळे हॉटेलवरच थांबली होती. डॉक्टरांकडे जाऊन आलेली होती. आम्हाला आश्चर्य वाटलं नव्हतं. चार-पाच दिवसांनी ते त्रिलोकसिंग पुन्हा आले भेटायला, तेव्हाही काही आश्चर्य वाटलं नव्हतं. पण शिष्टाचार म्हणून असेल किंवा कसंही, त्यांनी आम्हाला जेवायला बोलावले तेव्हा मात्र आश्चर्य वाटलं. वाटलं आम्ही सर्व पुढं होणारे वास्तुशास्त्रज्ञ म्हणून असेल."

"तुम्ही गेलात? म्हंजे गेलात."

तिने मान डोलावली.

"आम्हाला वाटलं, हा माणूस सर्वसाधारण ट्रेडिंग करणारा वगैरे असेल. पण त्याचे वैभव अन् विविध कंपन्यांची मालकी ऐकून आम्ही थक्कच झालो. ही वॉज बिग टायकून. चार मोठ्या इंडस्ट्रीजचा मालक, 'गुडविल', सीफूड पॅकिंगची कंपनी आहे. स्वतःच्या दोन बोटी आहेत. दिल्लीला हेड-ऑफिस आहे अन् समुद्र-किनाऱ्यावर दक्षिणेत फॅक्टरीज आहेत. मुंबईलाही ऑफिस आहे. गेस्ट हाऊस आहे. काही एक्स्पोर्ट वगैरेही करतात."

"लग्न झालंय?"

नेहाचा चेहरा पडला. तिने होकारार्थी मान हलविली.

“मुलं?”

“एक लहान मुलगी आहे पाचेक वर्षांची.”

“म्हंजे पस्तिशी पार केलेला.”

नेहा बोलली नाही. थोडा वेळ शांतता होती. मग हळूच नेहा म्हणाली, “मी मन्याला या भानगडीत जाऊ नको म्हणून खूप समजावलं, पण तिनं ऐकलं नाही.”

“तू आईला नाही सांगितलंस?” वृंदाचा आवाज कडक झाला.

वृंदाच्या प्रश्नावर तिने मान खाली घातली.

“हिंमत झाली नाही. मन्या इतकी पुढं जाईल असंही वाटलं नाही. कधीतरी मावशींना संशय येऊन त्या आपल्याला विचारतील असं वाटत होतं. विचारतील याची भीती वाटत होती. तसं काही घडलं नाही. उलट, मन्या उघड उघड त्यांच्याबरोबर फिरत होती, त्यामुळे सगळ्यांना असं वाटत होतं की हे घरी माहिती आहे अन् घरून याला मान्यता आहे.”

वृंदाने असहाय्यपणे नकारार्थी मान हलविली.

“काय डोंबलं माहिती? काही माहिती नाही. उलट शॉक आहे मोठा! विशेषत: आई-बाबांना. साधी सरळ माणसं आहेत ती. पोटच्या पोरीच्या प्रेमानं भारलेली. त्यांनी आयुष्यात कधी छक्केपंजे खेळलेले नाहीत. त्यामुळे मुलीचे असले खेळ त्यांच्या कुठे लक्षात यायला? मागच्यावेळी मलाच मन्याचं वागणं, बोलणं खटकलं होतं. तिला नको तितकं स्वातंत्र्य देऊन ठेवलंय. तेव्हाच मी आईला म्हणाले होते की, मन्या जीन्स किंवा ड्रेसेसशिवाय काही घालतच नाही. मी काही फार म्हातारी नाही, पण एकूणच आजकालच्या तुम्ही मुलींनी ताळतंत्र सोडलंय. तुमचे ते अपरे अन् पोट उघडं दाखवणारे टॉप्स, टाईट फॅशन प्रो जीन्स, रंगवलेले, कापलेले केस आणि सतत इंग्रजीत अती सलगीनं बोलणं यामुळे तुम्ही मराठी आहात, हे ओळखायलाही येत नाही. मध्यमवर्ग तर मुंबईत डब्यातच गेलाय. मी स्वत: कितीतरी तथाकथित पुढारलेल्या ‘सोफिस्टिकेटेड’ सोसायटीत वावरते. अगदी पूर्ण पाश्चात्त्य अशा पार्ट्यांना जाते. जग पाहाते, पण मला या मुंबईतली माणसं आणि वातावरण याचा थांग लागत नाही. माझी ही स्थिती. आई-बाबा तर मागच्या पिढीतले. आपण त्यांची पिढी तर केव्हाच निकालात काढलीय. मला आश्चर्य वाटतं नेहा की, ही दोघं भेटलीच कुठं? भेटतात कुठं? कधी? अगदी डिस्क्रीटली? अर्थात, तो माणूस तू म्हणतेस तसा ‘मल्टीमिलिओनर’ असेल तर मुंबई म्हणजे एका ‘सबर्ब’सारखी. भलताच उद्योग झालाय म्हणायचं!”

निरोप घेताना नेहाला वृंदाने ‘परत भेट’ म्हटले.

साधारण आठ-दहा दिवसांनी सकाळी साडेआठच्या सुमाराला एक अत्याधुनिक मुलगी व उत्तम पोशाख केलेला तरुण मानसीच्या खोलीत आले. त्यांना पाहून वृंदा

गडबडली. ती आपल्या नेहमीच्या अवतारात होती. मुलगी पंचविशीची होती. उंच, सावळी, तरतरीत. तिचे केस विलक्षण सुंदर होते. अगदी मॉडर्न पद्धतीने कापलेले. चेहऱ्यावर मेकअप होता. अंगावर तंग स्कर्ट-ब्लाऊज होता. लटकलेली पर्स, हातात मोबाईल. पायांत निमुळत्या टाचेचे शूज.

तरुण आकर्षक होता. उंचही. चष्मा. पायांत उंची शूज.

वृंदाला एकदम धस्स झालं!

'त्रिलोकसिंग?'

रस्ता अडवून उभी राहिल्यासारखी ती होती तिथंच थांबली.

"हाय." मुलगी म्हणाली. "आय ॲम स्टेला. आयकॉन इंजिनिअरिंगची एम्प्लॉइ. धिस इज मिस्टर आश्विन. अवर एम. डी."

"हॅलो" म्हणत आश्विन रुबाबात पुढे आला अन् त्याने हस्तांदोलनासाठी हात पुढे केला. सवयीनं वृंदानं हात पुढं केला. आश्विन आपल्याकडे निरखून पाहातोय हे तिच्या लक्षात आले. तिला हे नवीन नव्हते.

"तुम्ही.." वृंदा अडखळली. तुम्ही इथं कसे आलात किंवा चुकून तर आला नाहीत असं वृंदाला विचारायचं होतं. तेवढ्यात पाठीमागून परीटघडीच्या पांढऱ्या कपड्यांतला व डोक्यावर हॅट असलेला ड्रायव्हर फुलांच्या भल्यामोठ्या परडीसह आत आला. आज्ञेसाठी उभा राहिला.

आश्विन कॉटकडे गेला.

"गुडमॉर्निंग यंग गर्ल. धिस इज फॉर यू. लवकर बरी हो."

अर्थातच, मनूची फक्त जागेवरच हालचाल झाली. सुजलेला चेहरा, डोक्याखाली काळी वर्तुळं. हाताला लावलेलं सलाईन.

"अजून खूपच मार आहे ना? हॅज शी बीन ऑपरेटेड ऑन?" आश्विनच्या उच्चारावरून तो बंगाली असावा असा तर्क वृंदाने केला.

"येस सर. आय ॲम कॉन्स्टन्टली इन टच विथ द डॉक्टर." स्टेला म्हणाली.

"तुमच्या गाडीनं हा अपघात झालाय?" वृंदाने विचारले.

"ओऽऽ नो, ओऽऽ नो. विई आर सेन्ट हिअर बाय मिस्टर त्रिलोकसिंग सर, टु लुक आफ्टर हर; ॲंड कीप इन टच फॉर हर हेल्प. तुम्हाला इकडे काही त्रास नाही ना? टू लेट अस नो. हे माझं कार्ड. तुम्हाला कायपन लागेल तर डोंट हेजीटेट. जस्ट लेट मी नो ऑर यु कॅन रिंगअप स्टेला. शी विल बी ॲट युवर असिस्टंस इमीजिएटली."

"कशासाठी?" वृंदाच्या चेहऱ्यावर रागाची तीव्र रेषा उमटली.

"आमच्या सरांच्या ऑर्डर्स आहेत."

"ते कुठे आहेत?" वृंदाने तिरकस तीव्र शब्दांत विचारले.

"त्यांना हाताला फ्रॅक्चर आहे अन् ते सध्या दिल्लीत आहेत. पण आपल्या इथल्या ऑफिसला स्टॅंडिंग इन्स्ट्रक्शन्स आहेत. विई हॅव टु रिपोर्ट हिम."

"ती ठीक आहे. तुम्ही पाहताच आहात. तुमच्या सरांची कृपा आता आम्हाला काही नको. मी तिची मोठी बहीण आहे. आम्ही तिची छान काळजी घेतोय, असं त्यांना कळवा." वृंदा इंग्रजीत बोलली.

आश्विन तिच्याकडे लोभावलेल्या नजरेने पाहात होता.

स्वत:ला तो थांबवू शकला नाही.

"ऑफ कोर्स, ऑफ कोर्स. ते दिसतंय. शी इज इन गुड हॅंड्स. बोथ ऑफ यू आर ब्युटीफुल. मिस मानसी विल बी अगेन हर ओन सेल्फ इन ए फ्यू डेज."

"काळजी करू नका अन् पुन्हा भेटीला यायचं असेल तर फोन करा. हा माझा नंबर. तसं तर यायची गरज नाही. यू कॅन इन्क्वायर ऑन फोन." वृंदा तुटकपणे म्हणाली.

तिचा स्वर, आश्विनचा गंभीर झालेला चेहरा आणि तटस्थ उभी असलेली स्टेला या सगळ्यानं मानसी आतून कळवळल्यासारखी झाली. पण ती हतबल होती. वृंदानं त्यांच्याशी नीट बोलावं असे तिला तीव्रतेने वाटत होतं. परिस्थितीचा ताण कमी करण्याच्या उद्देशाने स्टेला मध्येच बोलली, "तुम्ही तिची चांगलीच काळजी घ्याल. आफ्टर ऑल ब्लडरिलेशन आहे. तुम्हाला कधी फ्युचरमध्ये गरज वाटली तर आम्ही आनंदाने मदत करू. आफ्टर ऑल अडचणीतच गरज पडत असते. एरवी सगळं चांगलं असतं तेव्हा जग आपल्या पायाशी आहे असंच वाटत असतं. हो ना? मानसी डिअर, गेट वेल सून. एव्हरीबडी इज ॲक्शसली वेटिंग फॉर यू टु गेट बेटर. लक्षात ठेव, यू हॅव लाईफ वेटिंग फॉर यू आऊटसाईड!"

तिच्या बोलण्यातली खोच अन् त्रिलोकसिंगचा निरोप दोन्हीही मोठ्या खुबीने स्टेलाने सांगितले हे आश्विन आणि वृंदाला कळलेच. वृंदा मनातून चिडली. स्टेलाच्या धैर्याचं कौतुक करावं की निलाजरेपणाचा राग करावा, हेच तिला कळेना. ती म्हणाली,

"असे अपघात आयओपनर असतात. ते मनूलाही कळतंय. जगात आंधळ्यासारखं चालत राहता येत नाही. आपण कोण आहोत, समाजात कोणत्या स्तरावर आहोत, आपले संस्कार, आपलं घर याचं भान ठेवावं लागतं."

"डिअर डिअर" म्हणत स्टेला पुढे म्हणाली, "तुम्ही अगदी माझ्या आजीसारखं बोलताय. पण धिस जनरेशन इज डिफरंट. त्यांना खूप एक्सपोजर आहे. जगाशी सतत खूप संपर्क आहे. त्यांना जुन्या, बुरसटलेल्या कल्पनांमध्ये जखडून पडायचं नाहीय. उलट आयुष्य उत्तम पद्धतीनं आणि मजेत जगायचं आहे. मॉरल व्हॅल्यूज वगैरेचा अडसर त्यांना नकोय. झोकून देऊन आयुष्य जगायचं ठरवलेली ही 'मॉडर्न'

पिढी आहे. मेट्रो सिटीजमध्ये मुलं-मुली मोकळं हिंडतात, फिरतात. सोशल स्टिग्मा नाहीये.''

आश्विनचा मोबाईल वाजला. ''एक्सक्यूज मी'' म्हणत तो बाहेर पडला. बोलत असताना त्याच्या चेहऱ्यावर गुलगुलीत हसू होतं. स्टेला हसली.

''त्याच्या फियान्सीचा कॉल असेल. ती स्टेट्‌सला गेलीय.''

वृंदाने कपाळावर आठ्या घातल्या.

''टू मच ऑफ कम्युनिकेशन.'' ती पुटपुटली.

''गेट वेल सून.'' च्या ललकाऱ्या मारीत ती दोघं गेली.

संतापून वृंदा गॅलरीत गेली.

स्टेलाच्या कमरेत हात घालून चालणारा आश्विन तिला दिसला. वाटलं केवळ काही मिनिटांपूर्वी हा आपल्या फियान्सीशी लाडेलाडे बोलत होता, यावर कोण विश्वास ठेवील? आत येऊन आश्विनचे कार्ड तिनं फेकून दिलं.

मनूचे डोळे मिटलेले होते.

''जागीच असशील. आता डोळे मिटून काय होतंय? साध्याभोळ्या आई-वडिलांना फसवताना तुला थोडी सुद्धा लाज वाटली नाही? शेम ऑन यू. कसं करू धजलीस हे सारं, मला आश्चर्य वाटतं.''

मानसीने डोळे उघडले. त्यांत करुणा नव्हती, क्षमायाचनाही नव्हती. तिच्या जबड्याच्या शस्त्रक्रियेमुळे तिचं बोलणं लाळेतून उमटल्यासारखं, शब्द ओढल्यासारखं येत होतं. फार बोलणंही शक्य नव्हतं. हो-नाही इतपत ती बोबडं बोलत होती.

तिच्या डोळ्यांतल्या थोड्या धीट भावामुळं वृंदा आणखी चिडली.

''हेऽऽ हे लोक! यांचा काय संबंध? तुझं एवढं नुकसान केलं तरी वर तोंड करून ते इथं येतातच कसे? तुला त्यांना 'येऊ नका' असं सांगता आलं असतं. पण तुझे प्रेमसंदेश कोण घेऊन जाणार होतं? तो माणूसही हुशार. ही हाताखालची तट्टं पाठवली की घरबसल्या माहिती मिळते. हे तर काय पैशाचे गुलाम. पैसा फेकला की वाटेल तिथे लाळघोटेपणा करतील. तो आश्विन का फाश्विन तुझ्यासमोरच मलाही सुंदर म्हणू धजला. मला तर वाटलं, एक वाजवावी. जणू आयुष्यात पहिल्यांदा पाह्यलंय बाईला. असं बोलतात?''

मानसी गुडगुड आवाजात सांगण्याचा प्रयत्न करू लागली.

''कळलं मला! हे मॉडर्न सोफिस्टिकेटेड मॅनरीझम्स ना? मला अमान्य आहेत. मला हे ठणकावून त्यालाच सांगता आलं असतं पण, मी अजून सभ्य माणसासारखी वागते.''

मानसीने मान हलवली. तुटक बोलण्यातून ती वृंदाला म्हणाली, ''तू जुनाट मतांची आहेस आणि नवीन जगात नव्या पद्धती चाललेल्या आहेत. त्या तरुण

पिढीला मानवतात अन् आवडतातही.''
वृंदा पुन्हा उखडली.
''म्हंजे तू जे गुण उधळलेस त्याबद्दल तुला जराही पश्चात्ताप नाही? किती त्रास होतोय आबांना. समजतंय तुला? कुणा नातेवाईकाला तोंड दाखवायची लाज वाटतेय. कुणाला मदतीस बोलावू शकत नाहीत. तुझं हे प्रकरण किती दिवसांपासून चालू आहे?''
मानसीने डोळे मिटून घेतले.
''तुला आज सांगावंच लागेल.'' वृंदाचा आवाज चढला.
तेवढ्यात डेंटल सर्जन व्हिजिटला आले. वृंदा गप्प झाली. तपासणी झाली. ड्रेसिंग वगैरे बदलणे झाले. औषधांबद्दल त्यांनी नर्सला सूचना केल्या. ते निघाले तशी वृंदा म्हणाली, ''हिला नीटपणे खाता कधी येईल?''
''आता पेज, खिचडी देताय ना? दोन-तीन दिवसांनी सॉलिड फूड सुरू करू.''
''बोलायचं?''
''त्यांनी प्रयत्न सुरू करावा, आपल्याकडून अडसर नाही. काही दिवस थोडंसं विचित्र वाटेल बोलताना, ऐकताना. पण नंतर अगदी नीट बोलणार त्या. डोंट वरी.''
''थँक्स. डॉक्टरांचं एक वाक्य सुद्धा आमचा धीर वाढवणारं असतं.''
एका दुपारी त्या दोघीच खोलीत होत्या, तेव्हा वृंदाने विचारले.
''आता सांग, तुझं या त्रिलोकसिंग नामक माणसावर प्रेम आहे?''
मानसीने होकारार्थी मान हलवली.
''त्यांचं तुझ्यावर आहे?''
मानसी गप्प बसली.
''तरीही तो त्याच्या बायको-मुलीबरोबर राहतो आणि त्याच्या मुलीच्या नावानं दोन महिन्यांपूर्वी नवीन कारखानाही काढतो. म्हणजे दोन्ही डगरींवर तो हात ठेवून आहे. यात तुझं स्थान कोणतं?''
''त्यांनी कारखाना काढला?'' ती तुटक बोलली.
''तुला माहीत नाही?''
ती गप्प.
''सध्या तो कुठं आहे हे कळवलंय त्यानं? एखादा फोन?''
ती नुसतीच शांत.
''दिल्लीला गेलाय. तुला ॲडमिट केलं तेव्हा तो इथेच होता. नंतर त्याला ब्रीचकँडीला शिफ्ट केलं गेलं आणि आता तो दिल्लीला आहे. हे तुला माहीत नाही. त्याचे भाड्याचे तट्टू येतात. फुलं ठेवतात. जातात. तुला किती लागलंय, तू कशी जगते आहेस, तुला किती वेदना होतायत - शारीरिक अन् मानसिकही - हे पाहणं त्या माणसाला

गरजेचं वाटत नाही. तुझ्या शरीरात टोचणारी प्रत्येक सुई त्याला जाणवायला नको? तुझ्या वेदनेच्यावेळी त्याचा हात तुझ्या हातात असावा, असं तुला वाटत नाही? त्यानं पाठवलेल्या गुलाबावरून हात फिरवताना तू हे शोधतेस. पण तो कुठं आहे? आबांना येऊन भेटण्याचं सौजन्यही त्यानं दाखवलं नाही.''

''म्हंजे ते आलेच नाहीत?'' डोळ्यांतलं पाणी हटवीत ती म्हणाली.

''नाही. तुझा अपघात झाला. बंगलोर हायवेवर हेड ऑन कॉल्युजन. ड्रायव्हर जागेवरच गेला. मागच्या गाड्या थांबल्या. तू बेशुद्ध. त्रिलोकसिंग शुद्धीत होते. त्यांनीच नंबर वगैरे दिले. हाताला मोठे फ्रॅक्चर झाले. भरपूर मुका मार आणि जखमा. पण बालंबाल वाचला. त्याला न झालेल्या 'हेड इंजुरी'साठी सिटी स्कॅनही केला म्हणे! मोठ्यांच्या मोठ्या गोष्टी. पण तू? तू?''

वृंदाचा चेहरा लाल झाला होता.

''तू आई-बाबांना अंधारात ठेवलंस. अय्याशी करायला निघालीस! घर, जातपात, संस्कार, नाती कश्शाचा विचार नाही! मुख्य म्हणजे तू स्वत: मुलगी आहेस याचा सुद्धा विचार नाही. तेही या आपल्यासारख्या देशात. इथं लग्नापूर्वी असे गुण उधळणाऱ्या मुलींचं काय होतं? कोण लग्न करील तुझ्याशी? तुझा हा इतिहास आता सगळ्या जगाला माहिती आहे.''

''मी लग्न करणार नाही.'' मानसी म्हणाली.

''वा! वा! काय शौर्य! आणि बिनलग्नाची राहणार कुठे? त्या माणसाच्या गेस्ट हाऊसमध्ये? की त्यानं घेऊन दिलेल्या फ्लॅटमध्ये? तिथे तो बिनदिक्कत तुझ्याकडे येईल अन् पुन्हा त्याच्या बायकोकडेही जाईल. तोही माणूस बेरकी. एवढ्या मुंबईच्या गदारोळात कोण कुणाला ओळखतो आणि धावपळीत कोण कोणाची चौकशी करतो? अगदी उत्तम आराखडे बांधून त्यानं तुला गाठलंय. पण या सर्व गोष्टीमध्ये आई-बापांचा दोष काय? त्यांनी हे का भोगायचं? स्वत:ला लाज वाटून घरात का कोंडून घ्यायचं? नातेवाइकांत का जायचं नाही? आणि मुख्य म्हणजे आपण नीट संस्कार केले नाहीत ही अपराधी भावना त्यांनी मरेपर्यंत बाळगायची! का? तर त्यांच्या सो कॉल्ड मॉडर्न मुलीनं एक मॉडर्न स्टेप घेतली. लग्न झालेल्या माणसाबरोबर प्रेमसंबंध ठेवले.''

''काय बिघडलं ग त्यानं? जगात हजारो असे संबंध आहेत. आपल्याला माहिती आहेत. आपले मामेआजोबा बायकोच्या बहिणीबरोबर राहतात. आपणही त्यांना मामीआजी म्हणत मोठ्या झालो. आपल्या शेजारचे रोंघे त्यांच्या चुलत आत्याबरोबर राहतात. अन् तेही लग्नाची बायको सोडून देऊन. आणि तरीही बायकोपासून त्यांना दोन मुलं आहेतच. मान्य केलं ना आपण? प्रत्येक समाजात असं आहे. आई-बाबांचं नाव घेऊन तू सारखा मला धाक घालू पाहत्येयस, पण जग

कुठे चाललंय? या मुंबईत कितीतरी मुलं-मुली तसेच एकत्र राहात आहेत. पण आपण मध्यमवर्गीय. आपल्याला हे कसं जमावं? आपण जुन्या जोखडातून बाहेर पडायचंच नाही असं ठरवलेलं आहे.'' मानसी तुटक तुटक बोलत होती. बोलताना तिला धाप लागत हाती. कपाळावर घाम जमला होता.

वृंदाला वाटलं, तिच्या थकलेल्या शरीराला आपण त्रास देतोय. सुयांनी चाळणी झालेले तिचे हात आणि अँटिबायोटिक्स घेतल्यानं तिला थकवा येत होता. कदाचित ही वेळ काही बोलण्याची नाही. पण वृंदाला आश्चर्य वाटत होतं ते याचं की, तशाही स्थितीत आपल्याला जे सांगायचं ते मानसी रेटून सांगत होती. लाज सोडून. खरं तर ती आजारी नसती, तर आपण तोंडातच एक मारली असती तिच्या, असं वृंदाला वाटून गेलं.

राग आवरत ती म्हणाली, ''डोकं ठिकाणावर नाहीय तुझं. स्वत:च्या सोयीचं बोलते आहेस. प्रेमात पडलं की असंच असतं. स्वत:चं म्हणणं बळकट करायला तू रामायण-महाभारतातले दाखले सुद्धा देशील. बुद्धी गहाण पडली की जे म्हणतात ना, 'दिल गया गधीपे, तो अप्सरा भी कुछ नहीं। तसा तुझा प्रकार झालाय.''

''यू आर टू रूड, टू रूड. त्रिलोक एक उत्तम माणूस आहे. तो गधाबिधा नाही. चार-चार फॅक्टरीज उभ्या केल्यात. आपल्या मध्यमवर्गीय मुलासारखं डिग्र्या घेऊन इंटरव्ह्यू देत चपला घासल्या नाहीत त्यानं. साहेबाकडचं जेवायचं आमंत्रण आलं तर छाती फुगवून दहा ठिकाणी सांगायचे आबा. आणि महिनाभर सगळं नीट होईल ना म्हणून तणावाखाली असायचे.''

वृंदाला हे पटलं. म्हणजे आबांबद्दलचं! त्यांच्या (गुजराथी) साहेबाकडे जेवायला जायचे म्हणजे मुलांना नको होई. आबा जाण्यापूर्वी इतक्या सूचना करीत की मुलांचा उत्साह संपलेला असे. त्यांच्याकडे गेल्यावर वृंदा चोरट्यासारखी त्या उंची सोफ्यावर अंग चोरून बसायची अन् विचारलेल्या प्रश्नांना मुक्यासारखे मानेनेच 'हो-नाही' उत्तर द्यायची. आई ताबडतोब घरात मदतीला जाई अन् आबा भिरभिरत्या डोळ्यांनी इकडेतिकडे पाहात आज्ञाधारक विद्यार्थ्यासारखे बसत. आणि दरवेळी मालक घरात आले की उभे राहात. वृंदा-समीर कळते होईपर्यंत या विषयावर बोलत नसत, पण नंतर आपआपसांत असली जेवणं अन् पार्ट्यांबद्दल चिडून बोलत. तिथं जायला ते अनुत्सुक असत. वडिलांच्या अशा पडत्या, लाचार वागण्याबद्दल ते नाराज असत. एरवीचे आबा अन् कामावरचे आबा वेगळे असायचे.

हे सगळं खरं असलं तरी मानसीनं असा बचावाचा मुद्दा घेणं अन् आपल्या कृतीचं असं समर्थन करणं हे वृंदाला मान्य नव्हतं. तिनं तीव्र नापसंतीनं मान हलवली.

''आबांची तर तू तुलनाच करू नकोस. हे सगळं बोलायला तुझी जीभ धजावते याचंच आश्चर्य वाटतं मला. ते त्या काळात तसं वागत होते म्हणून त्रिलोकसिंग

कर्तृत्ववान हे एक अजब समीकरण मांडू पाहातेयस तू. अठरा विश्व दारिद्र्यातून आबांनी घर वर आणलं. किती कष्ट केले.''

''तेच तर मला नकोय. तसं वर येणं, तसं कष्ट करणं, ते सोसणं, मन मारत जगणं नकोय मला. आवडलेली साडी घेता येत नाही म्हणून आई दुकानात जायची नाही. घरगुती साड्या विक्री करणाऱ्या बायकांकडून घ्यायची. जास्त चॉईस नसावा म्हणून.''

वृंदाच्या चेहऱ्यावर आश्चर्य होतं, ''म्हणजे तसलं वैभव मिळवायला तू या त्रिलोककडे गेलीस?'' आणि पुढं खेदानं म्हणाली, ''आणि त्यालाच तू प्रेम म्हणणार? गाड्या, कपडे, बंगले मिळाले की संपलं? एवढंच होतं तर कुणीही श्रीमंत मिळता. हाच कशाला?''

मानसी उसळली. शारीरिक दुखण्याने तिला हालचाल करवत नव्हती, पण चेहरा संतापाने फुलला होता.

''त्यासाठी नाही. मुळीच नाही. त्रिलोक मला आवडलाय. मनापासून. त्याची-माझी मतं जुळतात. तोही माझ्यावर मनापासून प्रेम करतोय. इट वॉज लव्ह ॲट फर्स्ट साईट. फॉर बोथ ऑफ अस. तो कल्चर्ड आहे.''

''पण लग्न झालेला. पहिल्या बायकोला आता घटस्फोट देणार आहे? मुलीचं काय? तिच्या नावाच्या फॅक्टरीचं काय? हे तो कधी थांबवणार? तुला बोललाय?''

वृंदाच्या प्रश्नांना मानसीकडे उत्तरं नव्हती.

''नाही.'' ती अडखळली, ''बोलणारच होते मी. तसं म्हणालेही होते.''

''मग यावर त्याची काय प्रतिक्रिया होती?''

''लग्नाची बायको अशी एकदम सोडून देता येते? काही कारण नसताना?'' मानसी पुन्हा चिडली.

''कारण नसताना?'' वृंदा उपराधाने म्हणाली, ''कारण आहे ना! तुमचं प्रेम! का, हे कारण पुरेसं नाही?''

मानसी गप्प बसली. तिची इच्छा नसताना तिच्या डोळ्यांतून पाणी वाहायला लागलं.

तरीही त्रिलोकबद्दल तिला किंचितही दुरावा वाटला नाही. तिरस्कारही नाही. तिच्या मनात आलं, 'त्यानं काही लपवलं नाही माझ्यापासून. मुळात तीन भेटींत मीच प्रेमात पडले त्याच्या. त्यालाही वाटलंच होतं हे त्यानं कबूल केलंच की! मंदिराच्या बाहेर मला पाहिल्याबरोबर त्यालाही मी आवडले होते, असं तो म्हणाला. नंतर आम्ही दोघंही आवरू शकलो नाही. डॉक्टरकडून परत येताना पायऱ्यांवर माझा तोल गेला तेव्हा किती झपकन सावरलं त्यानं! त्याच्या हातातली शक्ती जाणवली अन् हजारो वॅटच्या विजेचा लोळ अंगातून गेल्यासारखं झालं. नंतर हे लक्षात आलं

की, एखाद्या फुलाला जपावं तितक्या हळुवारपणानं जपतोय तो मला! कुठेही दांडगेपणा, घिसाडघाई नाही.'

"काय म्हणतेय मी?" वृंदाच्या प्रश्नाने मानसी दचकली.

"यावेळी तर आठवडाभर त्याच्याबरोबर राहायला जायलाच निघालीस! की आधीही जाऊन राहिली आहेस?" आणि आपण विचारलेल्या या प्रश्नासरशी वृंदा स्वत:ही दचकली. तिला स्वत:चंच आश्चर्य वाटलं. 'हा प्रश्न आपल्याला आधीच पडायला हवा होता. नेहाशी, आईशी बोलताना हे आपल्याला कसं स्ट्राईक झालं नाही? ती विलक्षण बेचैन झाली. तारुण्यात आलेल्या आपल्या बहिणीशी प्रेमासारख्या नाजूक भावनेबद्दल बोलणं हे ठीक आहे, पण अशी ती त्याच्याबरोबर एकत्र खरोखर राहिली असेल तर त्याचं काय?'

जीभ टाळूला चिकटल्यासारखी ती गप्प झाली.

वृंदा विचारतच राहिली आणि मानसीला अजूनही ते प्रश्न पोकळ वाटत होते. नेहमीसारखे. म्हणजे ती स्वतंत्र पद्धतीने विचार करायला लागली तसे!

कितीतरी दिवस 'मी स्वतंत्रपणे विचार करते' असं ती उघड म्हणायची. साधारणपणे तिची शाळा संपत आली तसं ती हे म्हणायची. मग कॉलेजात जायला लागल्यावरही. तरीही ती तसा विचार करत नव्हती. तसं फक्त म्हणत होती. तसं म्हणताना कुठे कुठे घट्ट बसलेली परंपरेची शिवण उसवत होती.

संस्कारांची शिवण, सामाजिक नियमांची शिवण मनावर एवढी घट्ट होती की, त्याविरुद्ध कुठलीही कृती करायला मन पटकन तयार होत नव्हतं.

अगदी साधी गोष्ट.

रात्रीच्यावेळी एक-दोघी मैत्रिणींसह फिरायला जायचं तर त्यावेळी आई तर सोडाच, पण खालचा वॉचमन देखील 'बेबी बहुत रात हुई' म्हणून तिला टोकायचा.

रात्री फिरायला जाण्याचं धाडसही तिनं आबांच्या अनुपस्थितीत सुरू केलेलं.

हे तिनं स्वत: अंगवळणी पाडले आणि घरालाही अंगवळणी पाडायला लावलं, तसं हे सुरू झालं. तिचा मित्रमैत्रिणींचा ग्रुप बदलल्यावर.

तिच्या मैत्रिणींचं कोंडाळंही बदललं ते शिरीन आल्यापासून. शिरीन तिच्या वर्गात होती. हॉस्टेलला राहायला आली होती, अकरावी-बारावी भारतात करण्यासाठी. मेडिकलला प्रवेश मिळावा म्हणून. तिचे आई-वडील अमेरिकेत राहात होते. भारतात आजी होती. कुलाब्याला एका मोठ्या जुन्या बंगल्याची रहिवासी अन् मालकीणही. तिच्या भरोशावर शिरीन आलेली. अमेरिकेत जन्मलेली, तिथेच वाढलेली अन् शिकलेली. पूर्णपणे पाश्चात्त्य.

मानसी शिरीनच्या व्यक्तिमत्त्वावर एकूणच फार खूश होती. कसेही करून शिरीनशी मैत्री करायचीच, हे तिने ठरवले होते. आणि ठरवेल ते पार पाडणार

याबद्दल तिला जराही शंका नव्हती.

अनेकजण या पोरीच्या मैत्रीसाठी आसुसलेले होते. ती सुंदर वगैरे होती म्हणून नव्हे, ती अमेरिकेतून आलेली होती म्हणून अन् पुन्हा परत जाणार होती म्हणून. तिथून तिच्यासाठी पार्सल्स येत होती. तिचे सारखे फोन येत होते. तिची मुळं तिथं होती आणि परदेशासाठीचा हा सेतू सर्वांना हवा होता. धप्प गोरी, थोराड बांध्यांची, मोठ्या नाकाची, पण तुलनेत बारीक डोळ्यांची शिरीन मानसीबरोबर घरी आली तेव्हा आईने तिच्याकडे नखशिखान्त पाहून नाक उचलले होते. 'अपरे कपडे अन् फॅशनेबल बॉब कट, याशिवाय काय आहे या मुलीत मैत्री करण्यासारखं?' असं आई म्हणालेली होती.

'टिपिकल गिरगावी काकूबाईपेक्षा वेगळी आहे ना? पॉलिश्ड आहे, सोफिस्टिकेटेड. वेल मॅनर्ड. मला एकदम पसंत आहे.' मानसी म्हणाली होती. आईने आणि समीरने मात्र खूप टिंगल केली होती. मुळात पारशी, त्यातून परदेशात वाढलेल्या शिरीनला भारताबद्दल जबर आकर्षण असले तरी इथले वातावरण मागासलेले वाटे.

"तरी तू मुंबईत आहेस. एकदम फास्ट फॉरवर्ड जगात! महाराष्ट्रातल्या आतल्या गावांना गेलीस तर भोवळ येईल तुला." तिच्या मैत्रिणी तिला सांगत असत.

"इतकं मागासलेपण म्हणजे काय?" या प्रश्नाचा विचार करायला या तरुण–ओढीने पुढे वाहात जाणाऱ्या पिढीकडे वेळ नव्हता. 'आपल्या संस्कृतीत विचारांचं ओझंच फार ओढायला लागतं. हसा, खेळा, खा, प्या, मौज करा हा भाग अत्यल्प. सतत जीवनाचा विचार आणि तत्त्वज्ञान' असा सूर असे.

"त्यातल्या त्यात आपण महाराष्ट्रीयन तर फारच गंभीर. अजिबात मौजमजा नाही. पंजाब्यांमधला भांगडा, नाचतगात होणारी लग्नं, गुजराथ्यांमधला गरबा, राजस्थानी शेकोटीभोवतीची नाचगाणी यांतलं काहीही आपल्यात नाही. हसलं तर टॅक्स पडेल किंवा शिक्षा होऊन दंड भरावा लागेल असं आपण राहतो." हा मानसीचा विचार ती सहज बोलून दाखवी.

शिरीनशी तिची मैत्री घट्ट होत गेली तसे तिचे विचारही शिरीनसारखेच होऊ लागलेत असे वाटून मनोज तिला म्हणाला होता, "तू मुळातून चूक करते आहेस. ती अगदी वेगळ्या समाजातून आलीय. तिथलं स्वातंत्र्य, राहण्यावागण्याच्या पद्धतीत आणि आपल्यात फरक आहे. ते वागतात ते वाईट आहे असं मी म्हणणार नाही. कारण मला सुद्धा ते आवडतं. पण इथे आपण तसं वागू लागलो तर या वातावरणात जगणं जड जाईल. ती जाईल परत तिच्या घरी अमेरिकेला. आपलं काय? आपल्याला इथंच राहायचंय. माईंड यू." यावर तिने नाक उडवले होते.

"तू कोणत्याही गोष्टीचा आधी छंद घेतेस अन् नंतर त्यात वाहून जातेस, असं नाही तुला वाटत?" त्याने विचारले होते.

"वाहून गेल्याशिवाय त्याचा पुरेपूर आनंद कुठं मिळतो? आपण सगळ्या गोष्टी 'हाफ हार्टेडली करतो.' त्यातून काहीच मिळत नाही. मला तसं आवडत नाही. कसं मस्त जगावं." तिच्या या म्हणण्याबद्दल मनोज सहमत होता. तरीही यात काहीतरी चुकतंय असं त्याला वाटे. तो तिला सावरायला पाही, मदत करायला पाही. कधी मित्रत्वाच्या नात्याने चिडून रागावतही राही.

"तुम्ही संध्याकाळी, सकाळी नाही फिरायला जाऊ शकत? रात्रीच कशाला? पण तुम्ही रात्री नाही गेलात तर इतरांपेक्षा वेगळ्या कशा होणार? तुम्हा मुलींचा 'विमेन्स लिबरेशन'मुळे सतत इतरांपेक्षा वेगळं असण्याचा अन् तसं दिसण्याचा अट्टहासी प्रयत्न असतो. त्यासाठी वेगळं वागण्याचाही भाग आलाय, त्यातून हे सगळं सुरू आहे." मनोजच्या या म्हणण्यावर तिने आणि नेहाने फक्त डोळे मोठे करून खोटे आश्चर्य दाखवत भिवया उंच केल्या.

"यू आर टू मच मनोज. डोन्ट पुट युवर नोज इन्टू अवर मॅटर. रात्री फिरण्याचा, गाड्यावरचं खाण्याचा, समुद्रकिनारी भटकण्याचा राईट फक्त पुरुषांना आहे. आम्ही ते केलं तर आम्ही विमेन्स लिबच्या. वा रे वा!" नेहा म्हणाली.

"मी मन्याशी बोलतोय," मनोजने नेहाला दटावले.

"ती माझ्यापुढं दहा पावलं आहे. परवा शिरीनच्या ग्रुपबरोबर लोणावळ्याला जाऊन आलीय. तू आहेस कुठं?"

"अन् ते कशाला?"

"पिकनिकला कशाला जातात? जस्ट फॉर फन. शिरीनचा मित्र फजल आहे मोठ्या उद्योगपतीचा बेटा. त्याच्या गाडीत गेल्या होत्या. हीऽऽ भली मोठ्ठी चकचकीत 'सोनाटा'. वडिलांनी मुलासाठी दिली बरं का! आपल्याला सायकल घ्यायची मारामार."

"काय केलं तिथं?"

"खाल्लं, प्यायलं, ड्रिंक्स घेतली. अर्थात मन्यानं सॉफ्ट, हो की नाही ग? गिटार वाजवली. गाणी लावली. नाच केले. एका मोठ्या हॉटेलातल्या स्विमिंग पूलमध्ये पोहायला गेले. ग्रेट!" नेहा खिदळत म्हणाली.

मनोज गंभीर झाला.

"हे खरंय मानसी? तू घरी बोलली होतीस?"

"फरगेट इट." नेहा तशीच खिदळत म्हणाली.

"एऽऽ शट अप नेहा. मी हिच्याशी बोलतोय." म्हणत मनोजने मानसीला हाताला धरून झटका दिला. मानसीने खाली पाहात होकारार्थी मान हलविली.

"व्हॉट? फजलचं नाव चांगलं नाहीय. महिन्याला एक नवी मैत्रीण. ड्रिंक्स तर घेतोच! मोठ्या बापाचा मुलगा." मनोज संतापून म्हणाला.

"कूल डाऊन." नेहाने मनोजच्या पाठीवर लहान मुलासारखे थोपटले, "मन्या,

त्याच्याशी लग्न करत नाहीय. शिरीनचा मित्र आहे तो.''

''मग हिला कशाला आमंत्रण दिलं?''

''ॲज अ फ्रेंड.'' मानसी म्हणाली.

''बोलली शेवटी!'' नेहा हसत म्हणाली.

'' शिरीन चल म्हणाली. मी नाही म्हणू शकले नाही. आईला सांगितलं होतं. काही गैर केलेलं नाही. थोडी मौजमजा! दॅट्स ऑल.''

''शिरीनचं अन् त्याचं अफेअर आहे?''

''छट्. तिचा बॉयफ्रेंड अमेरिकेत इंजीनिअरिंग करतोय. ती कशाला त्याच्याबरोबर राहतेय? फजलच्या वडिलांचा कोणतातरी ॲग्रोबेस कारखाना आहे. त्याला पुढं भारतातच राहाणं भाग आहे.'' मानसी म्हणाली.

''हे शिरीननं सांगितलं?'' मनोज आश्चर्य लपवू शकला नाही.

''काय झालं?''

''एवढा विचार करून मुली मुलांना गाठतात?''

''काहीतरीच काय बोलतोस? शिरीनने काही लपवलेलं नाहीय.'' मानसी म्हणाली.

''फजलपासून?''

''त्यालाही माहित्येय. उगाच नाती निर्माण करायला शिरीनला आवडत नाही. फजललाही. तो म्हणतो, नाती आली की – मग ते लग्न असो की इतर कोणतेही– माणसाच्या अपेक्षा वाढतात. एकमेकांवर अधिकार गाजवायला सुरुवात होते. 'पझेसिव्ह' होतो माणूस. त्यापेक्षा मोकळेपणानं एकत्र यावं. जेवढा वेळ आनंदात घालवायचा तेवढा घालवावा आणि 'पुरे झालं' किंवा 'धिस फार ॲन्ड नो फरदर' असं फिलींग आलं की आपापल्या रस्त्यानं निघून जावं. मैत्रीच्या नात्याची सुद्धा बंधनं असतात आणि जबाबदाऱ्याही! पण ती नात्यासारखी अवजड नसतात.''

''याला मैत्री म्हणणार तुम्ही? पण तुम्हाला तर नातंच नकोय ना? मला वाटत होतं, लोकं नातं जोडावं म्हणून धडपडतात. नातं वाढीला लागावं म्हणून प्रयत्न करतात. नात्याला ओंजळीतल्यासारखं जपतात. एखाद्या अनाम नात्याला, ओढीला नाव देण्याचा शोध घेत राहतात. पण इथं तसं नाही. शिरीन काय म्हणतेय, तिची संस्कृती काय म्हणते, याला महत्त्व आहे. मला खात्री आहे की, तिच्या घरी सुद्धा कुणी असा विचार करीत नसतील.'' मनोजने त्याच्या स्वरातली नाराजी अजिबात लपवली नाही.

''मनोज, जरा जास्तीच गंभीर होतो आहेस तू. विषय किती साधा! एका दिवसाची पिकनिक. तू त्याचा केवढा मोठा इश्यू करीत आहेस. मला बघ. मी ठाकठीक आहे. फजलनं मला मोहजालात ओढलेलं नाही. कोणीही माझ्या प्रेमात

पडलेलं नाही आणि मीही कुणाच्या प्रेमात पडलेली नाही... निदान या क्षणी तरी. पडण्याचे चान्सेसही नाहीत. ओके? शिरीनच्या बाबतीत म्हणशील तर ती स्वतंत्र व्यक्ती आहे. तिचे निर्णय हे तिचे. एरवी तिला कुणी काही म्हणत नाही. म्हटलं तर ती ऐकेलच याची शाश्वती नाही. पण ती तशीच बनलेली आहे.'' मानसी बसून बोलत होती.

मनोजने विषय संपवल्यासारखे खांदे उडवले, म्हणाला,''मला तिच्याविषयी काही म्हणायचं नाही.''

''मला मात्र ती जाम आवडते. तिच्यावर इतरांचा प्रभाव फार कमी पडतो.'' मानसी म्हणाली.

''पण तिचा इतरांवर खूप प्रभाव पडतो.'' नेहा म्हणाली.

एका दुपारी मानसीने नेहाला सांगितले की टॉम हँक्सचा सिनेमा एरॉसला लागलाय. फर्स्ट-डे लास्ट-शो. ''लास्ट शो.'' नेहा किंचाळलीच. ''अशक्य. इम्पॉसिबल. मला जमणार नाही. माझी आई परवानगी देणार नाही.''

''पण मी तिकीटं काढलीयत..''

''तुला हे लास्ट-शोचं कसं सुचलं? तुझ्या घरून देतील परवानगी?''

''मला परवानगी मिळालीय.''

''हाऊ? कशी? प्रश्न न विचारता?''

''शिरीनने मिळवली. हॉस्टेलच्या सगळ्या मुली चालल्या आहेत. हिला येऊ दे म्हणून. परत पोहोचवण्याच्या हमीसह.'' मानसी.

''माझ्याकडे तिला पाठवू नकोस. माझी आई तिला मुळीच परवानगी देणार नाही.'' नेहा.

''म्हणून मीच बोलते.'' मानसी म्हणाली.

थिएटरवर नेहा पोचली. तिथे शिरीन, मानसी, फजल आणि ती एवढेच. मानसीला बाजूला ओढीत नेहा म्हणाली, ''हॉस्टेलच्या मुली म्हणालीस तू? हा फजल इथे कसा? हा काय प्रकार आहे?'' मानसी काही बोलायच्या आत फजल व शिरीन त्यांच्याजवळ आले. ''कम गर्ल्स, लेट अस गो. आपण कँटीनची कॉफी घेऊ.''

नेहाने नाक वर केलेले पाहून तो म्हणाला, ''कम ऑन ब्यूटिफुल. तू कोल्ड्रिंक घे.''

धुसफुसत नेहा निघाली खरी, पण मानसीला म्हणाली, ''धीस इज टू मच; तू खोटं सांगून मला बोलावलंस. यू चीट. त्या फजलबरोबर सिनेमा? मला आयडियाच सहन होत नाही. फालतू मुलगा. आणि तुला यायचं होतं तर तू यायचंस. माझा कशाला बकरा केलास?''

“नेहा प्लीज, रेप केल्यासारखं बोलू नकोस. फजल शिरीनसाठी आलाय. दे आर फ्रेंड्स. आपणही तिच्याबरोबर आलोय. इतकं मित्रमैत्रिणीत तर चालतंच.”

“मित्रात तू मनोजला बोलवायचंस. तो आपला लहानपणापासूनचा मित्र आहे की!”

“पण मोठेपणी आपली सर्कल्स बदलतात. तो या दोघांना चालला नसता. घाटी आहे ना?”

“मी सुद्धा जीन्स वगैरे घातल्या नसत्या आणि मॉडर्न दिसले नसते तर त्यांना चालले नसते.” नेहा रागात म्हणाली.

मानसीने तिच्यापुढे हात जोडले. म्हणाली, “चुकले, ओके. माफ कर. नेक्स्ट टाईम ही चूक होणार नाही. मला वाटलं, थोडी गंमत करूया. थ्रिल! घरी न सांगता असं मित्रमैत्रिणींबरोबर रात्री येणं, खाणं, सिनेमा इज थ्रिलिंग! मग रोजचं रटाळ लाईफ आहेच. शिवाय पुढल्या वर्षी नाक वर करायला होणार नाही इतका अभ्यास असेल. क्लासेस, टेस्ट्स. सध्या वेळ आहे.” नेहाने मान हलवली.

“तरीही फजलची कंपनी हा माझा चॉईस नाही. आणि काय गं, ही शिरीन अभ्यासासाठी आलीय ना? आईबाप नाही म्हणून तारे तोडायला लागलीय.”

त्या दोघींच्या कुजबुजत बोलण्याकडे इतर दोघांचे लक्ष नव्हते. हातात हात घालून पॉपकॉर्न, वेफर्स खाण्यात ते दंग होते.

“घरी कसं जाणार?”

“फजलची सफारी आहे.” मानसी.

“नको रे बाबा.” नेहा उठून उभी राहिली.

तिला खाली बसवत मानसी म्हणाली, “स्टुपिड, मध्येच उभी राहू नको. मागचे लोक ओरडायला लागतील.”

“बट आय डोन्ट वॉन्ट टू गो विथ हिम.”

“यु हॅव टू! तो खात नाही आपल्याला. त्याला शिरीनमध्ये इंटरेस्ट आहे. आपल्याला ड्रॉप करेल.” मानसी म्हणाली.

“माझ्या बिल्डींगपुढे नको. आमचा वॉचमन महाखडूस आहे. बिल्डिंगभर बोंबलत फिरेल.” नेहा.

“ठीक आहे. मी पोचवीन. पण आता गप्प बस. थोडा उरलाय तेवढा सिनेमा तरी बघू दे.”

मानसीने नेहाचा हात घट्ट धरून ठेवला.

“एनि प्रॉब्लेम बेबी?” फजलच्या म्हणण्यावर ‘ओ नथिंग’ म्हणत मानसीने हसल्यासारखे केले. ते त्याला दिसले की नाही कोण जाणे! त्याने पुन्हा तोच प्रश्न केला, तेव्हा मानसीने त्याच्या हातावर थोपटल्यासारखे केले.

''धीस इज टू मच.'' गाडीतून उतरल्याबरोबर नेहा म्हणाली. मानसी मात्र दोघांच्या गालावर गाल ठेवत 'गुड नाईट' म्हणत होती.

''ओ.के. थँक्स, हॅव अ नाईस टाईम. सी यू टुमॉरो, स्वीट ड्रीम्स.'' निरोपाची देवघेव झाली. गाडी गेली.

नेहाकडे वळत मानसी आता कातावून ओरडलीच.

''काय झालं गं? भेटल्यापासून हे एक वाक्य तू हजार वेळा बोललीस. काय मोठं पाप केलंय? एक सिनेमा रात्री उशिरा पाहिला. मैत्रिणीबरोबर मित्र होता. बस्स! यात तू केवढा वैताग करतीयेस. पापाचा मोठ्ठा घडा भरला आपण? आणि तुला कधी असं जावंच लागणार नाही का? कल्पना कर, उद्या माझ्या मित्राबरोबर यावं लागलं तर? किंवा तुझ्या मित्राबरोबर मला यावं लागलं तर? तरी बरं, यात आपण काहीच करत नाहीये. तू म्हंजे ना.''

नेहा बोलली नाही. गप्प उभी राहिली. मानसीला विचित्र वाटलं. तिला नेहाला दुखवायचं नव्हतं. ''चल जाऊ दे. आपण फार छोट्या गोष्टींचा बाऊ करतो. जगात हजारो मुलं-मुली असं करतात. आनंदानं करतात. पण आपली संस्कृती म्हणजे पुरातन संस्कृती. आपले संस्कार आपल्याला आडवे येतात. आपल्या गळ्यांत लोढणं आहे हे. धड आनंदात एखादा सिनेमाही पाहू देत नाहीत.'' मानसी म्हणाली.

नेहा सावकाश म्हणाली, ''आई-वडिलांना खोटं सांगणं ही छोटी गोष्ट नाही. निदान मला तरी असं वाटतं. ही त्यांची फसवणूक आहे.''

''त्यांना खरं सांगितलं असतं तर त्यांनी जाऊ दिलं असतं? फसवणूक वगैरे मोठे शब्द वापरू नकोस आणि मुख्य म्हणजे आई-पप्पांपुढं हे बोलू नकोस.''

''हे त्यांना फसवलंय म्हणून म्हणतेस.''

''ठीक आहे, तू म्हणतेस तसं. तू त्यांना सांग. मीही त्यांच्याशी बोलेन मग.''

मानसीला खात्री होती, नेहा बोलणार नाही.

मनाविरुद्ध झाल्यामुळे नेहा धुसफुसत होती.

''तो मनोज म्हणतो तेच खरं आहे.''

''काय म्हणतो तो?''

''हेच की आपली संस्कृती आपण आपल्या धर्मासारखी सोयीनं वापरतो. सोईस्कर. कन्व्हिनियंट. परीक्षा आली की देवाला नवस बोलतो. सजायचं असलं की सणवार साजरे करतो. पैसे खायचे असले की इतिहासातल्या राजेरजवाड्यांना आहेर देत होतो ते सांगतो. करायचं नसेल तर 'आमच्यात चालत नाही'चा आधार घेतो. कितीतरी पळवाटा असलेली आपली संस्कृती. या पळवाटांचा आधार आपणही घेतो, पण तो बाहेरच्या जगासाठी. स्वतःच्या घरात, स्वतःच्या – आपल्या माणसांसाठी नाही. हे तुला कळत नाही.''

"बाप रे! नेहा. डू एक्सक्यूज मी! तुझ्या या ॲटिट्यूडमुळे मला असं वाटायला लागलं की मी अगदी 'गई गुजरी', वाह्यात मुलगी आहे. पण ट्राय टू अंडरस्टॅंड. मला माझी मतं आहेत, ती मी बोलले तर तुझ्या संस्कृतीत जी सहिष्णुता आहे, त्याचा वापर तू का करत नाहीस? स्पेअर मी. ओके? पुढच्या वेळी तुला किंवा मनोजला मी असली गळ घालणार नाही." मानसीने कोपरापासून हात जोडले.

"मनोजला तर तू आजही आणू शकली नाहीयेस. मीच काय ती तुला पाठराखणीला बरी आहे."

दोघी गप्प झाल्या.

ती जाताना मानसी आर्जवाने म्हणाली,

"प्लीज, रागावू नकोस. नो हार्ड फीलिंग्ज. वुई गो अवर ओन वे. गुड नाईट."

घरातली संभाषणं नित्याचीच होती. चार-आठ दिवसांनंतर पुनश्च सादरीकरणासारखी. यात मानसी हा चर्चेचा विषय असायचा.

आबांनी आईला बजावले, "तू मानसीबरोबर बाजारात जात जा. काय कपडे आणत्येय ती! आपण इभ्रतीला जपणारी मध्यमवर्गीय माणसं आहेत. परवाचा तिचा तो पिवळा ब्लाऊज भयानक होता. रंगसंगतीचंही ज्ञान नाही तिला."

"त्याला ब्लाऊज नाही, टॉप म्हणतात." आई हसत म्हणाली. "तुम्ही मुंबईत नावालाच राहता. आजूबाजूला अजिबात लक्ष नसतं. सगळी पद्धत गावाकडची. तुम्ही आलात इथं तेव्हापेक्षा मुंबई कितीतरी बदललीय. विचारांनी सुद्धा."

"मी ठीक आहे, गावंढळ! मला झेपतील असे बदल करा. शेजाऱ्यांनी डोळे बाहेर येईतो मुलीकडे पाहणं मला आवडत नाही. इतकं त्या फॅशनच्या आहारी जाणं बरंय का? आमच्यावेळी–"

आबांचे वाक्य तोडीत आई म्हणाली, "माहितीय. दोन कपडे शिवायचे अन् एक बाहेर जायचा-यायचा. सणाला पोळी अन् पावसाळा लागण्यापूर्वी हापूस आंबा, हेच ना? आता समीर, मन्याला हे सांगायला होत नाही. ते मोठे झालेत. शब्द बाहेर काढला की हसायला लागतात. मलाच चिडवतात. तू बाबांच्या शब्दात राहा. ते म्हणतात तसं वर्षाला तीन साड्या घे." आईच्या हसत हसत सांगण्याचा परिणाम आबा रागावण्यात होई.

मुलांची बाजू त्यांच्यापुढे घेतली तरी मानसीच्या एकूण वागण्याराहण्याबद्दल आई नाराज होती. आपल्याच पोटी जन्मलेली तीन मुलं! तीन पद्धतीची! त्यात मानसी धाकटी म्हणून थोडे लाड जरूर होत असले तरी भीती नावाची गोष्टच तिच्याकडे नव्हती. देवावर विश्वास सोयीनं ठेवायची. आईशी वाद घालायची. मुख्य म्हणजे तिचं राहाणं, केस कापणं, कपड्यांची निवड, सगळं न झेपण्यासारखं. मित्रमैत्रिणी खूप, पण एखादी महाराष्ट्रीयन सोडली तर बाकीच्या इतर प्रांतातल्या,

पुढारलेल्या, म्हणजे राहणीमानात हायफाय. आई तिला विचारायला गेलीच की, शेजारची मनीषा आहे तिच्याबरोबर का जात नाहीस, तर 'ईऽऽ त्या काकूबाई बरोबर.' म्हणून उडवून लावायची. मानसीबरोबर नेहाच काय ती टिकून होती तेही अगदी शाळेपासून. अन् दुसरा मनोज.

शिवाय हे मित्र असण्याचे फॅडही आईला फार पसंत नव्हतं. पण काळापुढे काय चालतंय, म्हणत तिला गप्प बसावं लागे. आणि रोजच्या कष्टाच्या, काळजीच्या आयुष्यात वाद तरी किती घालायचे, अशी समजूतदार भूमिका आई घ्यायची. यापुढे अक्कल आली की आपोआपच सुधारेल म्हणायची. समीर होता तोवर सगळं ठीकही होतं.

"असले कपडे कशाला घातलेस, जा बदलून ये." म्हणाल्यावर मानसीला कपडे बदलावेच लागत होते. मनोज सोडला तर मित्रांना घरी बोलावण्याचा आगाऊपणा मानसीने केला नव्हता.

कॉलेजच्या कॅन्टीनमध्ये चहा घ्यायला म्हणून नेहा-मानसी निघाल्या. डायरी डेस्कमध्येच राहिली म्हणून कॅन्टीनच्या दाराशी मानसीला थांबायला सांगून नेहा पळतच वर्गाकडे गेली. पुस्तक छातीशी धरून मानसी उभी होती. कुणाला हाय, हॅलो करत. पण तिची नजर भिरभिरत होती. जिन्याकडे जात होती. वाट पाहण्याचा तिला फार कंटाळा आला होता.

"मॅन्सीऽऽ" कॅन्टीनमधून हाक आली. सगळं कॅन्टीन तिच्याकडे पाहायला लागलं. त्या मोठ्या हॉलमध्ये ती हाक मारणाऱ्या शिरीनला शोधू लागली. आवाज शिरीनचाच होता. कारण मानसीला 'मॅन्सी' फक्त शिरीनच म्हणायची. हॉलच्या एका टोकाला एका कोपऱ्यात ती आणि तिचे मित्र बसलेले होते. मानसीने हात केला. शिरीन खाणाखुणा करीत तिला बोलावू लागली. नेहा येताच मानसी म्हणाली, "तिकडे शिरीन बसलीय. बोलावत्येय. जायचं?"

"तुला जायचंच असणार. पण मला भूक लागलीय. काहीतरी खाऊयात. मला शिरीनबरोबर खायला आवडत नाही. एक तर ती जंक फूड मागवते आणि वर ते काटेचमचे. मला चक्क सामोसा खायचाय." नेहाच्या आवाजात तिटकारा होता.

"चल ग, नुसतं हॅलो म्हणून येऊ." मानसीने तिचा हात धरला. नाइलाजाने नेहा टेबलापाशी गेली. हॅलो हॅलो झालं. शिरीनबरोबर दोन सीनिअर मुलं होती. तिच्या पद्धतीने तिने त्यांची ओळख करून दिली. "बसा ना." म्हणत ती दोघं उठली.

"नको नको, तुम्हाला डिस्टर्ब व्हायला नको. आम्ही दुसऱ्या टेबलला जातो. ओके शिरीन." म्हणत नेहाने मानसीला जवळजवळ ओढलेच.

"हुऽऽ श्श. बापरे मनू, ही शिरीन मित्र तरी किती करते? त्यांना खायलाप्यायला घालायला हिला परवडतं, बाबा! तिचा मित्रपरिवार पाहून माझ्या अंगावर काटाच

येतो. परत सगळ्यांशी तेवढ्याच मोकळेपणाने बोलते. वेगळ्या मातीची आहे.''

"पण चांगली आहे. अन् खूप मित्र असले तर काय बिघडलं? त्यामुळं ती वाईट होते का?'' मानसीने विचारले.

"तुला तिच्याबद्दल बोललं की तू लगेच तिला प्रोटेक्ट करायला निघतेस. आताच बघ, असं आपल्या सिनीअर्सबरोबर आपण बसतो? आणि ड्रेस बघ तिचा! लो नेक म्हणजे किती लो असावा? मला वाटतं, मुलं तिला पाहायलाच येतात.''

"ज्याचा हेतू त्याला माहीत! मला स्वत:ला त्यात काही गैर वाटत नाही. टीव्हीवर, सिनेमात भरपूर क्लोजअप्स देत हेच तर दाखवतात.''

"ते वेगळं मानसी. हे वेगळं. हा काही थोडक्यात संपणारा एपिसोड नाही. किती वेगळी पडते शिरीन. आणि हे सगळं इतक्या लहान वयात? इट्स टू अर्ली. आधी आपल्या आयुष्यात आपल्याला काही मिळवायचं नाही का? शिवाय असं काही मिळविण्यासाठीच तर ती इथे आलीय ना?''

"फर्गेट इट यार! तू पण ना नेहा, एकाच्या तर एकाच्या वरच सारखी घसरत राहतेस. तू आणि मनोज! तो तुझ्याही पुढं एक पायरी. थँक गॉड, तो आपल्याबरोबर नाही. नाहीतर उपदेशासाठी तयारच राहायचं.''

नेहा गप्प बसली.

मेन्युकार्ड वाचू लागली.

"सामोसा सांगू?'' सांगू म्हणतानाच तिचा स्वर लांबला. डोळे मानसीच्या पाठीवर स्थिरावले. मानसीने वळून बघितले.

"शिरीन ओ कम ऑन. ये बस ना!''

नेहा चेहऱ्यावरची नाराजी लपवू शकली नाही. वरवर हसत ती म्हणाली, "किती छान ड्रेस आहे तुझा, लकी आहेस. सगळं परदेशातून येतं. इंपोर्टेड! छानच असतात ना.''

"छे छे इथला ड्रेस आहे हा. बॉम्बेमध्ये काही मिळत नाही असं नाही. अम्मी हमेशा कपडा इकडून नेते. तिकडे लई कॉस्टली आहे. आन फॅशन पण इकडे खूप! इथं किती व्हरायटी बगायला मिळते. कॉलेजमधी तर खूपच.''

शिरीन खूश होऊन बोलत असताना नेहाने मानसीला हळूच डोळा मारला. मानसी डोळे मोठे करीत तिच्याकडे पाहात राहिली.

"काही खाणार?'' मानसीने विचारले.

शिरीननं नकारार्थी मान हलवली.

"आता तुलाही भूक नसेल.'' नेहा म्हणाली.

"काहीतरी खाऊया.''

त्यांनी मेन्युकार्डात डोळे घातले.

"हाऽऽय गर्ल्स."

फजलच्या आवाजानं त्यांनी वर पाहिले. काही म्हणण्याच्या आत त्याने शेजारच्या टेबलाजवळची खुर्ची ओढली.

"काय ऑर्डर देऊ?"

"मला काही नको." नेहा घाईने म्हणाली.

"अगं तुला तर भूक–" मानसी बोलताना अडखळली.

"कम ऑन नेहा. स्वीटी, आपण पिझ्झा मागवूया आणि स्प्रिंग रोल किंवा आणखी काही?"

शिरीनने होकारार्थी मान डोलावली.

"तू काही खायचं नाही म्हणालीस की आत्ताच. फजलने विचारायला हवे होते. हो ना? पुढल्या वेळी त्याला बोलावून आणू."

नेहा उठू लागली. फजल म्हणाला, "स्वीटी, मला माहितीय की, तुला माझी कंपनी आवडत नाही म्हणून. पण प्लीज टेबल मॅनर्स म्हणून बस. मला नाही, तर या ब्युटीजना कंपनी दे."

नेहा वरमली. खाली बसली. आलेल्या एकाही पदार्थाला तिने हात लावला नाही.

"आय वॉन्ट टू इनव्हाईट यू, शिरीन." तो म्हणाला.

"कुठे? कशाला?"

"उझबेकीस्तानचा एक कल्चरल ग्रुप इथे आलाय. त्याचा उद्या संध्याकाळी 'बिर्ला मातोश्री'ला प्रोग्रॅम आहे. त्यांचे इथले ॲम्बॅसिडर माझ्या डॅडींचे मित्र आहेत. डॅडी तर जाणार नाहीत. त्यांनी मला जायला सांगितलं आहे. सो– वुई गो. नंतर किंवा आधी तुला जेवू घालेन."

शिरीन हसली. म्हणाली, "तू पण चल, मानसी."

"अग पण मी? .. मला..? निमंत्रणाचं काय? कारण असे कार्यक्रम खास निमंत्रितांसाठी असतात. त्याला पास वगैरे असेल ना? तू जा."

"ओऽऽ नो प्रॉब्लेम. मी बोलतो त्यांच्या फेडरेशनशी. नेहा, तूही चल." फजल

नेहाने मानेनेच नाही म्हटले.

"मला जमणार नाही. माझी जर्नल्स करायची राह्यलीत, शिवाय घरीही जमणार नाही."

"चल नेहा. असा चान्स रोज रोज येत नसतो. मॅन्सी आहे बरोबर. ती तुझ्या आईशी बोलेल. आफ्टर ऑल, एका नव्या देशाची ओळख होते." शिरीनने री ओढली. मानसीने फक्त तिच्याकडे पाहिले. तिला ठाऊक होतं की नेहा बरोबर असेल तर आई-बाबा जाऊ देतील.

दुसरा पूर्ण दिवस मानसी नेहाला आग्रह करीत होती. कारण त्यांचे पासेस मिळवल्याचे फजलने कळवले होते. मानसीला जाण्याची जबरदस्त इच्छा होती. त्याचे कारणही तसंच होतं.

घरी माळा साफ करताना सोवियत युनियनची भारतात येणारी चार-सहा मासिकं निघाली होती. गुळगुळीत पानांची आणि आत भरपूर फोटो असलेली. ती मासिकं तिने तिथेच फतकल मारून पाहिली होती. आता ही मासिके आपल्याकडे येत नाहीत, असे बाबा म्हणाले होते. नेहरू, त्यांची मते, नेहरू सरकारची धोरणे, रशिया-भारत मैत्री, त्यांच्यातले करार, तिथला कम्युनिझम यावर ते बरेच सांगत होते. त्यावेळी उझबेकी पुरुषांची चित्रे पाहण्यात मानसी गुंग होती. विशेषतः त्यांच्यातल्या तरुणींच्या अंगावरचे पांढरे-तांबडे गाऊन्स, त्यावरचा कशिदा तिला फार आवडला होता. एकमेकांच्या कमरेत हात घालून नाचतानाचे फोटोही त्यात होते.

फजलच्या निमंत्रणावरून तिला हे सगळे आठवले होते. काहीही करून ही संधी सोडायची नाही हे तिने ठरवले होते.

एवढा मोठा आंतरराष्ट्रीय पातळीवरचा कार्यक्रम. तिथे मोठाले प्रतिष्ठित लोक बोलावलेले. तेव्हा पेहरावही आपोआपच थोडा पाश्चात्त्य पद्धतीचा असणार. निदान फॅशनेबल तर निश्चितच. शिरीननं तिला स्वतःचा ड्रेस देऊ केला. आढेवेढे न घेता तिने ती ऑफर मान्य केली. अळेबळे तिने नेहाला तयार केले. नेहाचे मामा अमेरिकेत असल्यामुळे तिला बहुतेक वेळी गिफ्ट्स मिळत. तिला कधी ड्रेस वगैरेचा वांदा नसे. शिरीनकडे मानसीने कपडे बदलायचे ठरवल्याचे पाहून नेहा चकित झाली. शिरीन चांगली मोठ्या हाडांची, जाड म्हणावी अशी, तर मानसी सडपातळ आणि उंचीला शिरीनपेक्षा थोडी कमी. मानसी ड्रेस बदलून आली तशी शिरीन म्हणाली, "हाऊ ब्यूटिफुल! तुला अगदी छान झालंय फिटिंग. मला लहान होत होता हा ड्रेस. मला वाटलंच होतं की तुला जमून जाईल."

मानसी थोडी अवघडल्यासारखी झाली होती. कारण ड्रेसमध्ये एक खांदा उघडाच होता. आणि उंचीलाही ड्रेस कमीच होता.

"ईऽऽऽ " नेहाला राहवले नाही. "जा, तुझाच ड्रेस घालून ये. या कपड्यात तुला कोणी पाहिलं तर तो झीटच येऊन पडेल. घरचे तर तुला तिथंच बुकलतील. स्पेशली समीर."

"तिथे कोण येणार? तिथे फक्त इन्व्हाईटीज आहेत." शिरीनच्या या बोलण्याचा नेहाला विलक्षण राग आला.

"यू मीन आमची मध्यमवर्गीय ओळखीची माणसं किंवा नातेवाईक ना?"

"नेहा, प्लीज भांडण नको." मानसी घाईनं म्हणाली.

"आपण किती भाग्यवान आहोत बघ. आपल्याला एक मोठा आंतरराष्ट्रीय

इव्हेन्ट पाहायला मिळतोय. आपल्याबरोबरच्या कितीजणींना मिळतंय हे?''

''मुंबईत राहिलं की अशा बऱ्याच गोष्टी मिळू शकतात बघायला. इतकी काही ग्रेट नाही ही गोष्ट. आता आपणच नाही का ओळखीमुळं चाललो. तशा इतरांच्याही ओळखी असू शकतात.'' नेहा फिस्कारत म्हणाली.

''यू आर इंपॉसिबल.'' मानसी चिडली होती.

पण तिला मूड राखायचा होता.

थिएटरवर विविध पोशाखांतले स्त्री-पुरुष, तरुण-तरुणी होते. इतर देशांतलेही! खुशीत सगळे आत गेले. रांगेत जाताना फजलच्यामागे मानसी होती. त्याच्या शेजारच्या खुर्चीत शिरीनने बसावे म्हणून मानसी उभी राह्यली.

''अग बस सध्या. नंतर बदल सीट्स.'' शिरीन कुजबुजली.

त्यांना आदराने आणून बसवणारा गर्द रंगाच्या सुटातला तरुण मागे उभा होता. मानसी विलक्षण संकोचली. फजलशेजारी बसायचं म्हणून, आपला उघडा खांदा त्याच्याच बाजूला होतोय म्हणूनही.

''यू आर एक्स्ट्रीमली ब्यूटिफुल. एवढ्या गर्दीत तुझ्यासारखी कुणी दिसत नाहीय. डोन्ट चेंज युवर सीट.'' फजल तिच्या कानात कुजबुजला, तोंडावर धरलेल्या आतल्या हाताच्या पंज्याचा स्पर्श मानसीच्या खांद्याला होत असल्याची खात्री करत.

''हा ड्रेस हिला सूट करतोय ना शिरीन?'' म्हणत तो मानसीच्या अंगावरून वाकला शिरीनशी बोलायला.

तेव्हा त्याच्या गालाचा स्पर्श मानसीच्या छातीला झाला. ती शहारली. उठून उभी राहिली अन्, ''तू इकडे बस.'' असे शिरीनला म्हणाली. शिरीनने तिला हात धरून खाली बसवले. ''डोन्ट बी अ फूल यार. सगळं ऑडिटोरियम तुझ्याकडे पाहातंय. फजल खात नाही तुला. मी एवढी इथं बसलीय ना! बी अ स्पोर्ट.''

तेवढ्यात नेहा मानसीच्या खांद्याला हात लावून म्हणाली, ''समोरून चौथी रांग बघ.''

मानसीला कळेना. नेहाने हलकेच बोटाने दाखवले.

''मनोज'' ती कुजबुजली.

मानसी मनातून दचकलीच.

शिरीनने हे ऐकलेच. म्हणाली, ''सो व्हॉट यार? अशी इव्हेन्ट आहे की लोक येणारच ना? तुमी पण आले, तो पन आले. व्हॉट्स सो फ्रायटनिंग अबाऊट इट, तुमी घाबरले कशाला?''

''हिचा अवतार बघ. त्याला अजिबात आवडणार नाही. घरी कळणार आता.'' नेहा म्हणाली.

"इट इज नन ऑफ हिज बिझनेस. त्येचा संबंद काय?" शिरीन फुसफुसली.

मानसीच्या मनात मात्र मनोज इथे कसा, हा प्रश्न होता. सांस्कृतिक कार्यक्रम सुरू झाला.

सगळेच त्या नावीन्यानं भारावले.

मध्यंतरात अपेक्षेप्रमाणे मनोज भेटला. मानसीला पाहून त्याचा चेहरा इतका बोलका झाला की बाकी बोलायची गरजच नव्हती. ते तिघेच तिथे उरल्यावर, "तू इथे कसा?" असे मानसीने विचारले.

"तुला विचारायचंय की मी इथं कशाला? हो ना? किंबहुना माझ्यासारखा कुणी इथे येईल असं तुम्हाला वाटलंच नसेल, हो ना नेहा?"

"तसं काही नाही. ओपन कार्यक्रम आहे. कोणीही येऊ शकतो."

"कोणीही. पण कुणी ओळखीचं नव्हे. अदरवाईज तू स्वत:च असा अवतार केला नसतास. आय होप मावशींना माहीत आहे." मनोज म्हणाला.

"मी काही वावगं केलेलं नाहीय. शिरीनच्या घरी माझ्या अंगावर चहा सांडला. सो आय हॅड टू चेंज. तिचा मला येण्यासारखा एवढाच ड्रेस होता. थोडा मॉड आहे, पण इलाज नव्हता. मी घरी आईला सांगेनच. तू नेहाला विचार. आम्ही पूर्ण परवानगीने आलो आहोत."

मनोजने खांदे उचलले.

"सो बी इट. तुला त्यात वावगं काही वाटत नाहीये हे ठीक. नेहाला तसं वाटताना दिसत नाहीयं."

"मनोज, तुला वाटत नाही ही माझी खासगी बाब आहे?"

मानसी तडकून म्हणाली. राग तिच्या चेहऱ्यावर उफाळून आला होता.

मनोज-नेहा दोघेही चमकले. हात वर करीत मनोज म्हणाला, "आय ॲम सॉरी, मी जरा जास्त लिबर्टी घेतली. तुझ्या आयुष्यात दखल देणारा मी कोण?" हे बोलत असताना त्याच्या चेहऱ्यावरचे दु:ख तो लपवू शकला नाही.

"तुला कुणीतरी बोलावतंय." नेहा मनोजला म्हणाली.

चेहरा ठीकठाक करीत मनोज वळला.

"माझा भाऊ..." तो पुटपुटला

मानसी, नेहा चमकल्या. एक उंचापुरा, उत्तम सूट घातलेला, 'स्टायलिश' माणूस जवळ आला. तो साधारण तिशीचा असावा.

"माझा भाऊ विवेक."

मानसीच्या चेहऱ्यावर प्रश्नचिन्ह होते.

"हा माझा मावसभाऊ, परराष्ट्र खात्यात उच्च पदावर आहे. अन् ह्या माझ्या मैत्रिणी. शाळेपासूनच्या– बालमैत्रिणी."

त्याचा भाऊ हसला.

"जग लहान आहे. ग्लॅड टु मीट यू. तुमचे उल्लेख ऐकतो कधीतरी."

"तुम्हाला खूप परदेशी लोकांशी बोलता येत असेल, नाही? आणि परदेशातही जायला मिळत असेल." मानसीच्या चेहऱ्यावर भाबडी निरागसता होती. तो हसला.

"नेहमी नाही. जातो कधीतरी. चलायचं मनू?"

मनोजने मान डोलावली.

"मला कधी सांगितले नाहीस की, तुझा भाऊ एवढा मोठा माणूस आहे म्हणून. आता त्याच्या ऑफिसमध्ये घेऊन चल एकदा." मानसी कुजबुजत्या आवाजात म्हणाली.

"बगा बरं, सकाळचं कवळं ऊन किती छान वाटतं ते. मी उगीच नाई मनत. तब्येतीलाबी चांगलं अन् ऊनाला येऊन बसलं की जरा मानूसकानूसबी नजरंला पडतं ना."

राधाची बडबड चालू होती अन् दुसरीकडे मानसीची व्हीलचेअर ढकलत तिने समोरच्या लॉनवर आणली होती. तिथे वेताच्या चार खुर्च्या, टी-पॉय ठेवलेले होते.

"हं, बसा वाईच इथं. बाईसाहेबाला पाठवते, आन च्या आनते."

मानसीच्या चेहऱ्यावर गमतीचे भाव उमटले, "अगं, आत्ता तर दूध दिलंस. मला आता काही नको."

राधा हसली.

"आत्ता मंजी? अर्धा घंटा झाला तेला. थोडं खायला नको का आता? आधी ऊन ऊन सांजा खा. मंग च्या."

मानसी काही बोलली नाही.

मोकळ्या हवेचा एक लांब श्वास तिने ओढून घेतला. मुंबईच्या गर्दी-गोंधळाच्या वातावरणात शांतता, स्वस्थता हा भाग जणू संपून गेल्यासारखा झालाय आताशा. शांतता कशी असते, हे इथे विश्रांती घेताना तिला जाणवत होतं.

"गुड मॉर्निंग." वृंदा बाहेर येत म्हणाली. "कसं वाटतंय आज?"

"गुड मॉर्निंग, ताई. मला अगदी छान वाटतंय. किती शांत! मुंबईत माणसांचं जंगल आहे, पण जंगलात सुद्धा इतक्या दाटीवाटीनं झाडं नसतील जशी मुंबईत माणसं आहेत. अक्षरशः माणसाला माणूस लागून, लोकलच्या स्टेशनबाहेर माणसं पडतात तेव्हा ती पुस्तकाच्या गठ्ठ्याप्रमाणं वाटतात. शेल्फवर लावतो तशी."

"फक्त ती चालत असतात, एवढाच फरक. मला एक बरं वाटलं की, तू विचार करायला लागलीस. याचा अर्थ असा की शारीरिक वेदना कमी होताहेत, हो ना?" वृंदा

"खूपच फरक आहे. मुख्य म्हणजे मला खाता येतंय. अन् त्यापेक्षा चांगलं बोलता येतंय. स्वत:चं स्वत:च्या खूप गोष्टी करायच्या असतात. त्या अगदी आपल्या अन् खासगी असतात. तू आणि नर्स माझ्यासाठी त्या करताना मी खूप संकोचून जायची."

आई म्हणायची, "आजारी माणूस लहान मुलासारखं होऊन जात असतं, अन् तेव्हा त्याचं लहान लेकरासारखंच करावं. तू अगदी 'फिट' होतीस तेव्हा याची गरज कुठे पडली?"

"आई कधी येतेय ग?" म्हणताना मानसीचा स्वर हळवा झाला. दुखावल्यागत.

"येईल ग. मध्ये दोनदा आली ना? तुला आधी तर तिच्याशी बोलताही येत नव्हतं. तेव्हा चार दिवस राहिली. तुझी एकूण अवस्था पाहावत नव्हती तिला. तुला बघितलं की रडत होती. मला बघवत नव्हती तिची कात्रीतली अवस्था. इकडे तू, तिकडे आबांचा राग. शिवाय मलाच सगळं काम पडतं म्हणूनही तिला वाईट वाटायचं. मी तुझी आई आहे म्हणायची. शेवटी मी आणि राधानं ठरवलं की, ती तिकडेच बरी. बळेबळे पाठवलं. आबांचं करायला कुणी नाही म्हणून. परवा आली तर आबांना ताप भरलाय म्हणून जावंच लागलं. दोन दिवसांच्या वर राहाणं तिला अवघड. पण काय गं, आईची एवढी आठवण कशाला? माझ्याकडून काही कमी पडतंय?" वृंदाच्या म्हणण्यावर मानसी तिचा हात धरायला वाकली. एक दुखरी कळ छातीतून सरकली. तिच्या चेहऱ्यावर ते उमटले.

"वाकू नकोस. छातीवर स्ट्रॅप्स आहेत अजून." वृंदा काळजीने म्हणाली.

"तू इतकं करतीयेस ताई, मला काही तक्रार करायला जागा आहे? तसं केलं तर माझ्यासारखी कृतघ्न मीच. पण आई असावी, असं वाटतं."

"येईल ती! फोन करतेच ना, तेव्हा इथे यायला सांगू."

राधा खायचे घेऊन आली.

"किती हिरवंगार आहे नाही? हवा एकदम फ्रेश. अजिबात प्रदूषण नाही. सकाळी इतकं छान वाटतं. पावसाळ्यात तर किती सुंदर असेल? मला सकाळी खूप ताजं वाटतं. दुपारी मात्र कंटाळा येतो."

"तरी संध्याकाळी कलाबाई चक्कर मारतात, म्हणून तेवढा वेळ जातोच. किती छान आहेत त्या दिसायला, नाही? तरुणपणी तर खूपच सुरेख दिसत असतील."

राधाला राहावले नाही.

"बाई काई काळजी है का जिवाला त्येंच्या? कामाला जायचंय, का लेकराबाळाचं करायचंय? आता आबासाहेबाला एक ल्योक, त्याचं कितीक काम पडत असंल? ना बाळंतपण, ना संसार. चांगलं खायचं, चांगले कपडे घालायचे, आन बसायचं. जीवाला घोर है का?"

''तुझा का राग त्यांच्यावर?'' वृंदाने हसत विचारले.

''राग कशापायी? ही काय माझ्या नात्याची का गोत्याची? मैत्रीण का सवत? राग असला तर जागीरदारणीला असायला पायजे. ही बाई म्हंजी जळता इस्तू की वो छातीवर! त्या माउलीनं कसं केलं असंल? देवाला डोळे.''

तिचा रोख पाहून वृंदा म्हणाली, ''मीठ आण गं.''

''तू तिला पिटाळलंस तरी मला माहीत आहे कलाबाईबद्दल इथं काय काय बोललं जातंय ते. मागे एकदा आम्ही आलो होतो बघ, आपल्या घरचेच सगळे. समीरही होता. तेव्हा मी आणि तो सहज उत्सुकतेपोटी आजूबाजूला फिरायला जायचो, ते त्या हवेलीकडेच. एवढ्या मोठ्या घरात कोण राहातं, कसं राहातं ते पाहायला आणि समीरला त्यांच्या गॅरेजमध्ये एक फार जुनी डॉज गाडी उभी असायची, अजूनही असेल कदाचित– तिची फार ओढ होती. ती गाडी आम्ही त्या चार-पाच दिवसांत कुठंही पाहिली नाही. पण एरवी ती धुऊन-पुसून लख्ख असायची. इतक्या मोठ्या संपत्तीच्या मालकाला पाहायचा जबरा मोह होता आम्हाला. पण मालक दिसलाच नाही.''

''आबासाहेबांना तू पाहिलं नाहीस? उंच, किंचित स्थूल, गोऱ्या रंगाचे वृद्ध गृहस्थ. नेहमी तर आवारात दिसतात.''

''ते म्हातारे आहेत?'' मानसी हसायला लागली. आम्हाला तर वाटलं एखादा तरुण, स्मार्ट, पॉलिश्ड माणूस असेल.''

''आबासाहेब आजही स्मार्ट दिसतात. तुला बरं वाटू दे. घेऊन जाते तिथं. इतका हँडसम म्हातारा आहे–''

''म्हणूनच कलामावशी भाळल्या त्यांच्यावर!'' मानसीने बोलताच जीभ चावली ...''म्हणजे मी जे ऐकलं ते सांगते.''

''राधासारखं बोलायला लागलीस तू.''

''तिनं तर नंतर आईला सांगितलं होतं खासगीत, खालच्या आवाजात, पण मी ऐकलंच. बाहेर एका दुकानापाशीही ऐकलं.''

''लोक बरे तुम्हाला स्वतः येऊन खासगीतलं सांगतात. मला कधी बोलत नाहीत.'' वृंदा.

''तसं नाहीये ताई. समीरला त्या गाडीबद्दलची उत्सुकता होती म्हणून तो त्या दुकानदाराशी बोलला. त्याच्याकडे आम्ही सकाळ-संध्याकाळ जात होतो. करमणुकीचं इथं दुसरं साधन काय? तेव्हा कळलं. खरं तर कलामावशी इथं जवळजवळ रोज येत असतात. असं काही असेलसं वाटत नाही, नाही का ग?''

''खरं काय, खोटं काय, कळायला मार्ग नसतो. आपसांतली नाती प्रामाणिक असायला हवी असतात, तेव्हा जगायला सोपं जातं. नाहीतर फसवाफसवीत दुःखच

वाट्याला येतं.'' वृंदाचा स्वर तीव्र होता.

समजल्यासारखी मानसी गप्प झाली. नंतर म्हणाली, ''आय ॲम सॉरी. चुकलंय माझं. मी आईला सांगायला हवं होतं.''

''सगळ्या गोष्टींना उशीर झालाय आता. काय म्हणणार तिला आता तू?''

मानसी बोलली नाही. वृंदाच पुढे म्हणाली, ''हेच की मी तुम्हाला खोटं सांगून त्या माणसाबरोबर बंगलोरला जात होते? त्याचा उपयोग नाही मानसी. तुला मी सारखी सांगतेय, रोज सांगतेय त्या पंजाबी माणसाला विसर.''

मानसीचे डोळे भरून वाहायला लागले.

''रडू नकोस. त्याचे फोन कशाला घेतेस? तो येतोय स्वत:? तो म्हणतोय का की तुझी खूप बदनामी होतेय, मी लग्न करतो तुझ्याशी? लग्न तर दूरच राहिलं. तुला प्रत्यक्ष भेटायला यायची तसदी तो घेत नाहीये.''

''त्याला खूप कामं आहेत, शिवाय तोही तर या अपघातातून वाचलाय.''

वृंदा तटकन उभी राहिली. दोन्ही हात कोपरापासून जोडत म्हणाली, ''डोळ्यांवर पट्टी बांधून तुला गांधारी व्हायचंय. झोपलेला जागा होऊ शकतो. पण सोंग घेतलंयस तू. मुळात तुला समजून घ्यायचंच नाहीये आणि तुझ्या ह्या निर्लज्जपणाचं गमक मला कळत नाहीये. माझ्यासारखी बाई लाजेनं पाणी झाली असती. तोंड पाहिलं नसतं अशा माणसाचं. तुझ्या अपघाताला तो कारणीभूत आहे. अन् 'लवकर बरे व्हा.' असलं कार्ड, दोन भाड्याचे तट्टू फुलांसहित पाठवणं याला जर तू प्रेम म्हणत असलीस, तर तुझ्यासारखी गाढव तूच.''

मानसी एका हाताने डोळे पुसत होती ते पाहून वृंदा आणखीनच चिडली. तिचा आवाज चढला.

''डोळे पुसायला दुसरा हात शिल्लक नाहीये, बोलायला-खायला जबडा शिल्लक नाही. म्हाताऱ्यासारखी खायची-चालायची वेळ आलीय, पण कळायला पाहिजे ना.''

राधा मुद्दामच मध्ये आली, कप उचलायला आल्याचं निमित्त करून. ती हे सगळं सध्या जवळजवळ रोजच पाहात होती, ऐकत होती. वृंदाच्या मनाला याचा खूप त्रास होतोय, हे तिला कळत होतं. मानसी ऐकत नाही, ती फक्त रडते हेही तिला माहिती होतं. तिला पाहिल्यावर वृंदा गप्प होईल याची तिला खात्री होती. अन् झालंही तसंच.

फाटक वाजलं. तिघींनीही एकदम तिकडे पाहिलं, ''लिंबाजीला पाठव. एकदम कोण आत येतंय बघ. मी हजारवेळेस सांगितलंय की, दाराला कुलूप लावून ठेवत जा म्हणून. एखादा काका-मामा एकदम घरातच यायचा.'' वृंदाच्या स्वरात वैताग होता.

लिंबाजी पळतच आला.

"कुलूप हाय" म्हणत फाटकाच्या रस्त्याकडे पळाला.

वृंदाने पुढे केलेला नॅपकीन घेऊन मानसीने चटकन डोळे आणि चेहरा पुसला.

"बाई, नेहाताई आल्यात." राधाच्या स्वरांतला आनंद जाणवत होता.

"ये ये, कळवलं नाहीस येते आहेस म्हणून! इतक्या सकाळी? कशी आलीस?"

"सांगते, मला बसू तर दे," म्हणत नेहा मानसीजवळ गेली. तिला वाकून मिठीत घेत म्हणाली, "कशी आहेस?"

दोघींच्याही डोळ्यांत पाणी आले.

"किती वाळल्यासारखी झालीयस. तुझ्याकडे पाहून तू ॲथलिट होतीस किंवा आहेस, असं कोणी म्हणेल का?"

"नेहा," वृंदा गमतीने म्हणाली, "माझ्या श्रमाचे चीज करत नाहीयेस तू. ही वाळली म्हणजे आमचे कष्ट वाया की गं!"

तिच्याकडे येत नेहाने आधी तिचे दोन्ही हात आपल्या हातांत घेतले. नंतर तिच्या गळ्यात पडत ती म्हणाली, "तसं नाही गं. मला तसं नव्हतं म्हणायचं. तू होतीस म्हणूनच तर किती लवकर सुधारतेय ती. तुझं घर इथे आहे हेही बरंच झालं. मावशी-काकांनीही केलं असतंच, पण त्यांना केवढा त्रास झाला असता. मावशीचं सगळं लक्ष तुमच्याकडेच असतं. रोज फोन करतात ना?"

"दिवसातून दोन वेळा अन् अर्धा अर्धा तास बोलते. रोज बोलायला तसं काही नसतं. अगदी घरच्या कामवालीनं जाळी काढल्याचंही सांगते." वृंदाने उसासा सोडला.

"मानसी, तू बोलायला लागलीस, खायला लागलीस याचा केवढा आनंद झालाय त्यांना. परवा प्रभादेवीला गणपतीला अभिषेक केला त्यांनी. तुझा नवस बोलल्या होत्या म्हणे."

मानसीच्या डोळ्यांत पुन्हा पाणी आले. म्हणाली, "मला बोलली नाही, अर्थातच ताईशी जास्त बोलते. बाबा आले की फोन ठेवून देते." तिचा गळा भरून आला.

नेहा मानसीजवळ गेली. दोन्ही हात तिच्या खांद्यावर ठेवीत वाकून तिच्या गालाला गाल घासत म्हणाली, "उद्या-परवा येतील मावशी इथं. मनोजबरोबर."

"मनोज येतोय?" मानसीला आनंद झाला.

"तू कशी आलीस?"

"मावशी- माझी मावशी पुण्याला चालली होती. 'मला ने' म्हणून मी तिला म्हणाले. तिनं आणलं. स्टेशनवर सोडलं. मी आले."

खाणं. पिणं. गप्पा. हसणं.

नेहा आल्यापासून ती आणि मानसी सारख्या गप्पा मारीत होत्या. मानसीचा खुललेला चेहरा तिचा आनंद दाखवत होता. संध्याकाळी त्या सगळ्या मागच्या अंगणात गेल्या. इकडे वृंदाने तुळशीवृंदावन ठेवलं होतं. संध्याकाळी राधा पणती लावी, तेव्हा वेगळंच वातावरण तयार होई. तिने मागे खुर्च्या लावल्या. वातावरण ढगाळ होतं. मधूनमधून वाऱ्याचा झपकाही होता.

मनूची खुर्ची ढकलत नेहा आली.

"मनू, तू वॉकर घेऊन चल थोडी. अशानं तुला कधी चालावंसं वाटणार नाही. खुर्चीत आपण बसायचं आरामात. हातात पाहिजे तेव्हा चहा येतोय. खायला येतंय. वृंदाताई, राधा अन् मिस्टर राधा सेवेत आहेत. काही काम नाही. हे ठीक नव्हे. ऊठ. अंगणात एक चक्कर मार. मी धरू लागते."

मोठ्या कष्टाने मानसी उठली. वॉकरला धरून एकेक पाऊल टाकू लागली. पावलागणिक तिच्या चेहऱ्यावर आनंद होताच, पण वेदनाही.

"दॅट्स गुड. दॅट्स टू गुड." नेहा टाळ्या वाजवत म्हणाली. एक छोटी चक्कर तिथल्या तिथं झाली की मानसी बसली. थकल्यासारखी. तिला दम लागला होता. नाकावर घाम आला होता.

"बघ, तू किती लवकर चालतेस ते."

मानसीने आपल्या हाताचे तळवे नेहाच्या समोर धरले आणि म्हणाली, "बघ, हात किती हुळहुळे झालेत वॉकर धरून, अगदी टेकवत नाहीत. ठेवले की दुखतात, सुजतात." बोलता बोलता तिच्या डोळ्यांत पाणी आले.

"वेडाबाई, कमी होऊन जाईल सगळं. आपलं आपल्याला चालता येतं हे कसंय?"

"ग्रेट, ज्या दिवशी मी पहिल्यांदा उभी राहिले तेव्हा मला जग जिंकल्याचा आनंद झाला होता. मला भीती वाटली होती की, मी कधीच उभी राहू शकणार नाही, चालू शकणार नाही. कोणत्यातरी चार भिंतींच्या आत असंच फक्त पडून राहावं लागणार. सडत पडल्यासारखं. कारण एकापाठोपाठ एक अशी फ्रॅक्चर्स निघत गेली अन् 'ट्रिमेंडस पेन.' शरीरभर वेदनेचा वणवा. न विझणारा. भकास वाटायचं."

वृंदा-नेहा तिच्याकडे पाहात होत्या.

"छोट्या अपघातांनी सगळं संपत नसतं. तू धीराची म्हणून यातून लवकर बाहेर पडतीयस. तसं डॉक्टर म्हणत होते की, तरुण आहे. चटकन सुधारशील म्हणून. मलाच वाटायचं, नाही होणार म्हणून." वृंदा.

"अंगणात किती छान वाटतं गं! बाहेरच्या लॉनवर एकदम मॉडर्न वाटतं. इथं तुळस, सारवलेली कोपऱ्यांतली चूल. खेड्यातल्या घरात आल्यासारखं वाटतं. तुला दोन्ही जगांमध्ये असल्यासारखं वाटत असेल. तुला बदल व्हावा म्हणून ताई

धडपडत राहाते.'' नेहा म्हणाली.

मानसीने मान हलवली. ''ती नसती तर माझं काय झालं असतं?''

''काही झालं नसतं. माझ्याऐवजी कुणी दुसरं उभं राहिलं असतं. आपण कुणीच इनडिस्पेन्सीबल नाही. देव पाठवतो कुणालातरी! खरं तर देव सुद्धा इनडिस्पेन्सीबल नाही. त्यानं धार्मिक पर्याय दिलेत. तेहतीस कोटी देव हिंदूधर्मात दिलेत, ते एकाला एक पर्यायी आहेत. हिंदूंनी धर्म बदलला तर बौद्ध आहे. बौद्धांनी बदलायचा म्हटला तर जैन आहे, इस्लाम आहे, ख्रिश्चॅनिटी आहे.'' वृंदा.

''ताई पर्याय असतातच. आपण निवडला पाहिजे.''

''तोही आपल्या मानसिकतेला खंबीरपणा देणारा पाहिजे. केवळ पर्याय म्हणून पर्याय नको.''

''मनू, तुला खुर्चीला पर्याय वॉकर, वॉकरला काठी, काठीला विनाआधार चालणं असे पर्याय आहेत.'' नेहा हसत म्हणाली.

''आयुष्यातही आहेतच हे पर्याय. एक माणूस गेला तर दुसरा कुणीतरी असतोच.''

वृंदा सूचक बोलतेय, हे कळून नेहाला विषय कसा बदलावा ते कळेना. कारण मानसी गोरीमोरी झाली. कसाही विषय काढला तरी तो नकळत मानसीच्या त्रिलोकसिंह प्रकरणापर्यंत जातोच, हेही तिला जाणवत होतं.

राधा आली.

''कलामावशी.'' असं ती म्हणतेय तोवर कलाबाई आल्या. मोतीया रंगाचं काठाचं लुगडं, तशाच थोड्या गडद रंगाचा ब्लाऊज त्यांच्या रंगाला उठाव आणत होता. त्या अंबाडा घालत. त्यांचे केस दाट असल्याचं जाणवे. पदर डोक्यावर किंचित मागे भांगसळ दाखवे. त्यांच्या हातात तीन-चार फुलं होती. येताच त्यांनी ती मानसीला दिली.

''थँक्स.''

''येताना बागेत दिसली. तुला आणावी म्हटलं. आज कसं वाटतंय?''

''ठीक.'' मानसी म्हणाली.

''ठीकपेक्षा चांगलं. मैत्रीण आलीय. ही नेहा.''

नेहाने हात जोडले.

कलाबाईने मान डोलावली.

''कधी आल्या? राहणार का आता? राहा थोडे दिवस. हिला बरं वाटंल. आपल्या वयाचं कोनी बरोबर असल तर वेळ चांगला जातो नाहीतर आम्ही आहोतच.''

चांगलं तास-दीडतास बसून कलाबाई, ''अंधार पडला की! दिवे लागन कधी

झाली कळलं नाही.'' म्हणत गेल्या.

राधाने तुळशीपाशी दिवा लावला. मागच्या अंगणातली ट्यूब लावली.

स्वयंपाकाचे बघायला वृंदा, राधा आत गेल्या.

नेहा अन् मानसी उरल्या.

''कसं वाटतंय ग तुला? खरंच बरं वाटतंय ना?''

नेहाचा सूर काळजीचा होता.

मानसीच्या तोंडून सुस्कारा बाहेर पडला. तिने आजूबाजूला पाहिले.

''त्रिलोकसिंग कसे आहेत? त्यांच्याकडून कळलं तुला काही?'' मानसीने नेहाकडे निरखून बघितले. ''नाही. एकदा फोन आला होता तेवढाच. बाकी ताई घेत असेल तर माहीत नाही. या सगळ्यांना त्याचा फार राग आहे.''

''तुला–?'' नेहाने मध्येच विचारले.

मानसीचे डोळे अंधारलेल्या डोंगरावर स्थिरावले.

''मला फार आठवण येते गं त्याची.'' ती रडायला लागली.

आवाज न करता.

नेहा जवळ सरकली. हळू आवाजात बोलू लागली.

''प्लीज मनू, ताई येईल. तुला आठवण येऊन काय होणार? मी तुला किती सांगत होते–''

''पण मला तर वाटतं मी त्याच्या आठवणीवर एवढं दुखणं काढू शकले. त्याला पुन्हा भेटायच्या आशेनं. फार चांगलाय तो. पण शब्द काढू शकत नाही मी.''

नेहा तिचा हात हातात घेऊन बसली.

''तुला राग यायला पाहिजे.''

''येतो, खूप येतो, पण त्याची अडचण असेल. नाहीतर तो आलाच असता. किंवा हे लोक नको म्हणाले असतील, तर यांच्या मनाविरुद्ध तो घरात कसा येईल?''

''न यायला काय झालं? त्याचं प्रेम असेल तर यायलाच पाहिजे. हे असलं कसलं प्रेम? तुला एकटीला टाकूच कसं शकले ते? आकाश-पाताळ एक करायला पाहिजे.''

''दवाखान्यात आला होता का? मी बेशुद्ध असताना?''

नेहाने मान हलवली.

''बहुतेक नाही. तुमच्याकडच्या कुणाच्याही बोलण्यात आलं नाही. त्या स्टेलाबरोबर फुलं येत होती, तेवढंच. त्यांना तुझ्याशी कॉंटॅक्ट करायचा असता तर आम्हाला कुणालातरी विचारलं असतं. आमचे नंबर्स आहेत ना त्यांच्याकडे.''

दोघी गप्प बसल्या.

''तू विसर सगळं आता.'' नेहा मऊ आवाजात म्हणाली. ''झालं तेवढं पुरे

झालं. केवढा मनस्ताप झालाय तुझ्या घरच्यांना? तरीही तुला जपताहेत. त्याचं लग्न झालेलं आहे. मूल आहे. तुझ्या दीडपट वयाचा माणूस. तू गुंतलीस कशी इतकी?''

''किती गुंतायचं, याचं काही परिमाण आहे? मोठ्ठी लाट आल्यावर किती फेकलं जायचं, याचं काही माप नाही. तसं आहे. अफाट गुंतलीय मी त्याच्यात. ताई सारखं आडून आडून हेच सांगत असते, पण मी नाही गं विसरू शकत.''

मानसी पुन्हा स्फुंदू लागली.

''रडू नकोस, प्लीज. मला सांग, हे बंगलोर तू कसं काढलंस? तुझा अपघात झाला तेव्हापासनं तुला विचारायचंय. पण तुझ्या जबड्याचं ऑपरेशन झालं, तुझं बोलणंच बंद झालं. मावशींनी विचारलं, नंतर ताईनंही. पण तू मला बोलली नाहीस.''

''अचानक ठरलं. त्रिलोक म्हणाला, चलतेस का? मला त्याच्याबरोबर राहायचं असायचंच. कसंही, काहीही किमतीत. मी लागलीच हो म्हणाले. दोन दिवसांसाठी चिन्मयीकडे जाते म्हणाले. खरं तर फ्लाईटनं जाणार होतो, पण ते जमलं नाही. मग कारनंच जायचं ठरवलं. तर हे झालं.''

नेहा गंभीर चेहऱ्याने ऐकत होती.

''तू आधी गेली होतीस मनू? म्हंजे बाहेरगावी, एकटी. त्यांच्याबरोबर?''

मानसीने तिच्याकडे पाहिले व होकारार्थी मान हलवली.

नेहाने कपाळावर मारून घेतले.

''धत्! कधी म्हणाली नाहीस. कुठं कुठं गेलीस?''

''असंच जवळपास. खंडाळा, इथंच, पुणे, मुंबईतच इकडेतिकडे.''

''दोघंच?''

''ड्रायव्हर असायचा.''

''तुला तो कुठंतरी बोलेल, असं वाटलं नाही?''

''त्रिलोकचा इमानदार माणूस आहे तो. त्रिलोक म्हणायचा की, तो कुठं तोंड उघडणार नाही. त्याची हिंमतही झाली नसती.''

''पण बोलतच असणार तो. तुमचं प्रकरण त्यांच्या ऑफिस-स्टाफला माहिती होतं. त्यांचं गेस्ट हाऊस आहे ना मुंबईत? तिथे जात असणार तुम्ही.''

मानसी तिच्याकडे नुसती पाहातच राहिली.

''कुठंवर गेलंय हे प्रकरण?'' नेहाने धास्तावून अगदी खालच्या आवाजात, पण ठामपणे विचारले.

मानसी नुसतीच रडत राहिली.

''बरंच पुढं. म्हणजे नको तितकं– असंच ना?''

मानसी 'हो' म्हणाली.

''तूच सांग, कसं विसरू त्याला? कुणी असं विसरतं? मनानं नवरा धरलंय त्याला.''

नेहा पोकळ डोळ्यांनी पाहात होती.

''मर्यादा सोडलीस तू मनू! किती दिवस चाललंय हे? गेले वर्षभर?''

''अधूनमधून.''

''दिल्लीहून येतात ते?'' तिच्या स्वरात आश्चर्य होते.

''ही लव्हज् मी. विश्वास ठेव.''

''तू त्यांच्यावर ठेवलास तसा? अगं, या दीड महिन्यात कितीदा यायला पाहिजे होतं त्यांनी?''

''घरातले–''

तिला बोलू न देता नेहा म्हणाली, ''घरातल्यांनी तोंडात मारली असती, घराबाहेर काढलं असतं, तरी दारात बसायला पाहिजे होतं त्यानं. हे कसलं प्रेम? तुला शिफ्ट केलं इकडं त्याआधी तिकडं कुणालातरी– ताईला बोलायला काय हरकत होती? किती हुशार आहेस तू मनू! तुझ्या लक्षात कसं आलं नाही? आंधळी झाली आहेस तू खरोखर! अगं स्वित्झर्लंडला गेलाय तो दोन आठवड्यांपूर्वी. कुठल्यातरी बिझनेस संबंधित मासिकामध्ये आलं होतं. हाताला फ्रॅक्चर झालं होतं, ते तर आता ठीक असेलच. तू इथे तो किती चांगला आहेस हे सांगतेस, अन् त्याची तब्येत ठीक असेल ना, या विचारानं झुरते आहेस.''

''त्याला येता येत नाही म्हणून तर तो कंपनीची माणसं पाठवतोय. स्टेला म्हणाली की, मी हिंडाय-फिरायला लागले की तो गाडी पाठवेल घ्यायला.''

''आणि तू जाणार भेटायला? आय मस्ट से आय ॲम अमेझ्ड! यापेक्षा कोणतंही मोठं आश्चर्य नसेल. आणि तुझ्याइतकी मूर्ख कुणी नसेल.'' नेहा म्हणाली.

''तुला कळत नाहीये मी फार इन्व्हॉल्व झालीये. आम्ही खूप जवळ आलेलो आहोत. तुला समजतंय का? कधी कधी स्वप्नात तो माझ्या इतका जवळ असतो की, खरोखर त्याचा हात माझ्या अंगावरून फिरतोय असं वाटतं. त्या स्पर्शानं मी सगळीच्या सगळी जागी होते. माझं मन, माझं शरीर उमलून उठतं. हे सगळं मी किती निलाजरी होत सांगतेय. मला कळतंय, तुला या क्षणी माझ्या तोंडात मारावीशी वाटत असेल. मला कळतं गं, पण मी नाही विसरू शकणार. मी फार फार खोल गेलीय या प्रकरणात. त्याच्याशिवाय मी जगू शकणार नाही. नेहा, मी काय म्हणतेय ते लक्षात घे.''

मानसी हमसाहमशी रडायला लागली तशी नेहा घाबरली. काय करावं तिला कळेना. उठून तिने मानसीला जवळ घेतले. ''शांत हो प्लीज. तू अजून या अपघातातून वर येते आहेस. तुला आत्ताच तर कुठे बरं वाटतंय.''

नेहाला आतून वाटत होतं की, वृंदाने बाहेर येऊ नये. तिने मानसीला या स्थितीत पाहू नये.

थोड्यावेळाने मानसी शांत झाली.

''तू आता कसलाच विचार करू नकोस. फक्त बरं होण्याचं बघ. मी मासिकात त्यांचा फोटो पाहिला. राहावलं नाही म्हणून तुला बोलले. तुला आधीपासूनच मी सतर्क करतेय. तू इतकी वाहावत जाशील असं मला वाटलं नव्हतं.''

तिच्या बोलण्याकडे दुर्लक्ष करीत मानसी म्हणाली, ''मला ते मासिक आणून देशील?''

नेहा आश्चर्यचकित झाली. काहीतरी विचार करून ती उठली.

''कुठं जातेस?'' हा प्रश्न तिला पुसटसा ऐकू आला. परत आली तेव्हा तिच्या हातात मासिक होतं.

''तू बरोबर आणलंस?'' म्हणत मानसीने एका झडपेत ते घेतलं. पाने फडफडली.

त्रिलोकसिंगच्या फोटोवर मानसीची नजर गेली. तिथेच थांबली. तिच्या फिकट झालेल्या हातांची बोटे त्याच्यावर स्थिरावली. डोळ्यांतल्या पाण्याचे थेंब त्याच्यावर पडू लागले. टेकवलेल्या तिच्या बोटांची थरथर नेहा एकटक पाहात होती. तिने मासिक काढून घ्यायचा प्रयत्न केला. मानसीने मासिक घट्ट धरलेले होते. चार-पाच मिनिटांनी तिची मासिकावरची पकड ढिली झाली. डोळ्यांतले पाणी पुसत तिने खालची बातमी वाचली.

वृंदा तिच्याशी खोटे बोलली नव्हती. त्याने स्वतःच्या मुलीच्या नावावर काढलेल्या उद्योग प्रकल्पाचा त्यात उल्लेख होता आणि अपघाताबद्दल शब्दही न देता तो हॉलिडेसाठी म्हणून कुटुंबासह स्वित्झर्लंडला जातोय, अशी ती बातमी होती. तिची नजर खालच्या कोपऱ्यातल्या फोटोवर गेली. त्रिलोकसिंगच्या बायकोचा क्लोजअप होता. सुंदर, स्मार्ट, पूर्ण मेकअप केलेली. हसणारी. राग आणि द्वेष दोन्ही मानसीच्या मनात उफाळून आले. एक हात खुर्चीच्या हातावर घट्ट आवळला गेला.

''चला गं. अंधारात बसू नका. शेतच आहे हे. एखादा काका-मामा यायचा पायाखाली.'' वृंदा आतून म्हणाली.

''आलोऽऽ'' नेहा म्हणाली खरी, पण मानसीने तिचा हात धरून ठेवला गच्च.

''मनू–'' नेहा हळूच म्हणाली, ''तू खूप गुंतली आहेस असं म्हणतेस. खूप म्हणजे किती? किती? तुम्ही दोघं–'' तिच्या आवाजात साशंकता होती.

''नवरा-बायकोच.'' ती पुटपुटली.

नेहा आश्चर्याने मागे सरकली.

''तुला नाही तर आता कुणाला सांगू? तो बायकोला सोडून देईन म्हणाला.

डिव्होर्स घेतो म्हणाला. माझ्याशी लग्न करतो म्हणाला गं!'' मानसी पुन्हा गदगदून रडू लागली. तिच्या पाठीवरून हात फिरवताना नेहा स्तब्ध होती. आतल्याआत हादरून गेलेली होती.

''आईला–?''

''माहिती नाही. कुणालाच नाही. हे सगळं फार फास्ट झालं. पण मी त्याच्यावर मनापासून प्रेम करतेय गं. आणि हा फोटो जाऊ दे. तो फार फर्मली म्हणालाय. मागे सरणार नाही. त्याच्या नात्यातल्या या मुलीबरोबर बळेच लग्न लावलंय त्याचं. तिच्या श्रीमंतीला पाहून त्या फोटोनं जाळ उठलाय माझ्या मनात. आत्ताच्या आत्ता पळत जाऊन त्याला विचारू शकते मी. पण हे पाय, हा हात, ही खुर्ची–''

ती एका हाताने जोरजोरात पायांवर मारू लागली. नेहाने तिचा हात पकडला.

''चूप. आवाज करू नकोस. ताईला शंका येईल. तुझ्याकडे त्याचा फोन नंबर आहे? उद्या सकाळी तुला फिरवायला नेईन तेव्हा लावून बघ. आता रडू नकोस.''

मानसी म्हणत होती त्यावर नेहाचा विश्वास बसला. काय सांगावं, तो जगाला दाखविण्यासाठी हे करीत असेल, पण मनातून त्याचं मानसीवरच प्रेम असेल. अशा कितीतरी प्रेमकहाण्या आपण पाहतोच की!

आता पूर्वीसारखं नाहीये की, आवडली नसली तरी बायको नांदवलीच पाहिजे. मुलीलाही स्वातंत्र्य आहेच. दिवसागणिक अशी कितीतरी लग्नं मोडत असतीलही.

आजकाल शहरातून पुष्कळच मोकळं वातावरण आहे. मुलगी सासरच्या दावणीला बांधूनच राहील असं थोडंच आहे? शिवाय त्रिलोकसिंगची बायको श्रीमंत घराण्यातली असली तरी त्या प्रकारच्या घरातून पुष्कळवेळा लग्न वर्षभरही न टिकल्याच्या बातम्या असतात.

मे बी त्रिलोकसिंग मे हॅव मेन्ट इट.

''नेहाताई, मनुबाई चला.''

राधाच्या निर्णायक हाकेने त्यांना आत जावेच लागले. मानसीने हातातले मासिक पायावरच्या शालीखाली दडवले.

जेवायच्या वेळी वृंदा दोघींच्या चेहऱ्याकडे पाहात होती.

''मानसी, तुझा चेहरा असा का दिसतोय? रडल्यासारखा? नेहा, काय झालं?''

''कुठे काय? बाहेर वारा फार होता ना.''

वृंदाला हे उत्तर पटले नाही.

''काहीतरी झालंय, सांग मला.''

''काही नाही गं. मी तिला सिनेमाची स्टोरी सांगत होते. इतकी हळवी झालीय मनू, त्या स्टोरीत सुद्धा अगदी इनव्हाल्व्ह झाली झालं.''

''प्रेम-कहाणी होती?'' वृंदाचा स्वर खोचक होता.

“हो तर.” नेहा गडबडली.

“त्याच त्याच घिसकपिटक प्रेम-कहाण्या. युगानुयगं तशाच चाललेल्या. केव्हा संपणार, देव जाणे! तेच प्रथमदर्शनी प्रेम. तशीच तडफड, हुरहुर, झुरणं. तसाच चार-दोन सामाजिक कारणांनी होणारा दुरावा. तो तरी श्रीमंत, नाहीतर ती तरी घरंदाज. किंवा तशीच काही कटकारस्थानं करून एकमेकांचा गैरसमज करून देणं, नाहीतर तो लग्न झालेला असणं. समाजाच्या चौकटीला साक्षी ठेवून भावनांना तिलांजली देणं– मग विरह वगैरे–” वृंदा वैतागत म्हणाली.

“पण भावना असल्या तरी त्या प्रेमाची सांगता मीलनानं होते कुठे? समाजाला झुगारून द्यायची शक्ती असली तरी!” मानसीने विषय वाढवला.

वृंदाने जाणले तिला काय म्हणायचंय ते.

“हा खेळच दोन जीवांचा, मनू. एकाने समाज झुगारून चौकट तोडायचे ठरवले तरी दुसऱ्याची साथ पाहिजे ना. टाळी एका हातानं वाजते कुठे? दुसरा तितका ठाम, पक्का नको? दुर्दैवाने तसं पंच्याण्णव टक्क्यांमध्ये नसतं म्हणून तर असले प्रेमावरचे चित्रपट चालतात. कथाही वाचल्या जातात.”

“यावर मार्ग काय?” नेहाने भाबडेपणाने विचारले.

“जी वाट आपल्याला साथ देत नाही ती वाट मनातून पुसून टाकणं. नव्या वाटा शोधणं.” वृंदा.

“तू रांगोळी पुसल्यासारखं बोलतेस. हातावरच्या रेषांसारख्या असतात भावना. त्या जातात पुसल्या इतक्या सहज?” मानसीचा स्वर रुद्ध झाला.

“बदलता येतात. कधी बदलाव्याच लागतात. लग्न म्हणजे एकतर्फी गोष्ट नव्हे मनू. आणि नाही पुसल्या गेल्या भावना तरी जगत राहावंच लागतं. ते संपवणं आपल्या हाती नाही. जमिनीवर येऊन अस्तित्वांचा विचार करावाच लागतो.” वृंदा थांबली. एकदम म्हणाली, “मला तर आजकाल अशा ओढूनताणून तयार केलेल्या किंवा झालेल्या प्रेमकहाण्याच नकोशा वाटतात. सगळे मनाचे खेळ.”

मानसी रात्री झोपू शकली नाही. त्रिलोकचा फोटो पाहिल्यामुळे तिच्या आठवणींनी ज्वालेचे रूप घेतले. मिटल्या डोळ्यांसमोर त्रिलोकबरोबरचे कितीतरी प्रसंग उभे राहिले जसच्या तसे. त्याची पहिली किंवा दुसरी किंवा तिसरी, चौथी भेट. एका कुशीवरून दुसऱ्या कुशीवर वळत ती उशीखालचं मासिक चाचपत राहिली. औषधाच्या अमलाखाली अखेर सकाळी सकाळी झोप लागली.

साडेसातला तिला नेहाने बसते केले. “आवर, तुला बाहेर घेऊन जायचंय ना? फोन? फोन करायचा ना? उद्या-परवा मावशी येतील तर सगळं अवघड होईल बघ.” फिरायला पुरेसं लांब आल्यावर नेहाने आपला मोबाईल काढला.

“रोमिंग आहे?” मानसीला शंका आली.

"मुंबईला लागेल. बाकी कुठे नाही."

मानसीने नंबर दाबला. बराच वेळ मोबाईल कानाला लावून बसली. चेहऱ्यावरची आधीची अधीरता, उत्सुकता हळूहळू मावळली.

"ऑफिसचा लावते."

पुन्हा तेच भाव.

"मोबाईल?"

"बंद आहे. मुंबईत नसेल तो किंवा आला नसेल स्वित्झर्लंडहून. गॉड नोज."

मानसीचे डोळे भरून आले.

"तुला वाटतं मनू, तो एवढं 'एम्पायर' सोडून, समाजातलं मानाचं स्थान सोडून देईल तुझ्यासाठी?" नेहाने विचारले.

"जगात अशी उदाहरणं नाहीत का? तुला कल्पना नाही नेहा, अपघातापूर्वी दर दोन-तीन तासाला फोन करायचा तो."

"अन काय बोलायचा तुम्ही?"

"स्वीट नथिंग्ज. तो कुठे आहे? काय करतोय? मला कसा मिस करतोय वगैरे, ही वोन्ट लेट मी अलोन. रात्रीसुद्धा थेट टेरेसला जाऊन बोलायची मी."

"तुझं फोन बिल जबरा असेल. आईला शंका नाही आली? त्यांनी कसं दिलं एवढं बिल? त्रिलोकसिंग तर सतत फिरतात ना? तुझा फोन रोमिंग केलायस का?"

"बिल मी बघतच नाही. सिमकार्ड त्याच्या एम्प्लॉइच्या नावावर आहे. सगळी बिलं कंपनी भरते."

नेहा बघतच राहिली.

"मग प्रेझेंट्सही...."

"खूप, आय हॅव लव्हली सेट्स. सोन्याचेही! कुणी प्रेम असल्याशिवाय करेल असं?"

नेहाला वेगवेगळ्या शंका होत्या.

"घरी नेतेस?"

"वेडीयस तू. मला फाडून खातील घरातले. त्याचं गेस्ट हाऊस आहे. माझं बंद लॉकर आहे."

"मनू" नेहाचा आ मिटेना "आय डोन्ट बिलिव्ह इट. तू दिसतेस त्यापेक्षा जबराच पुढे आहेस. मीच वेडी. तू कसं करत असशील? आता तुला किती त्रास असेल वगैरे वेडे विचार करतेय. याचा अर्थ बरी झाली की तू पुन्हा त्याच्याकडे जाणार?"

मनू क्षीण हसली.

"मी दोन्ही पायांवर केव्हा उभी राहणार ह्यावर ते अवलंबून." मानसीचा एकूण

वृत्तांत ऐकून नेहा अस्वस्थ झाली. होतंय ते चांगलं नाही हे तिला कळत होतं. निदान मानसीसाठी. हिला समजवायचं कसं? हिला या प्रकरणातून बाहेर कसं काढणार? या सर्व घटनेत कुटुंबानं दाखवलेल्या चांगुलपणाचा केवढा पराभव होता! ती स्वत:च्या विचारात आणि मानसी उदास होती. नेहा रस्त्याच्या मधून तिची व्हीलचेअर नेत होती. त्या भागात वाहनांचा तसा वावर नव्हता. दोघीही तंद्रीत.

हॉर्न वाजला.

नेहा दचकली. बाजूला सरकली. चेअरला जोराचा धक्का बसला. मानसी ओरडली. दोन्ही दांड्यांवर तिचे हात गच्च झाले. तिने मागे वळून बघितले. गाडी बाजूला येऊन थांबली.

मोठी डॉज गाडी.

खिडकीतून कलाबाईंचं डोकं बाहेर आलं.

"अगबाई, मानसीताई तुम्ही तर बाहेर फिरायला लागलात! म्हंजी तब्येत सुधारायला लागली म्हणायची. आता हवेलीत या. मैत्रिणीलाही आणा."

तिने मान डोलावली.

पलीकडे आबासाहेबांची रुबाबदार आकृती नेहाला दिसली.

गाडी गेली.

"कोण ग ह्या? काल आल्या होत्या, पण नंतच्या आपल्या गोंधळात लक्षातच आलं नाही." नेहा.

"हवेली दिसतेय ना ती? त्यात राहतात."

"त्यांच्याबरोबर एक गृहस्थ होते–" नेहाने विचारले.

"ड्रायव्हर असेल."

"ड्रायव्हर मागच्या सीटवर?" नेहाला हसू आले.

"आबासाहेब?" मानसीच्या कपाळावर आठी आली. 'कलामातशीबरोबर मी कधी त्यांना पाहिलं नाही. हां, आजी असतात त्यांच्याबरोबर. असेल बाबा, जाऊ दे. माझं मन नाही आज कशातच.'

"किती छान जागी आहेस तू! बाजूला हिरवे डोंगर, रस्त्याला लागून मोठाली झाडं, पक्षी. त्यांचे आवाज अन् मोकळं आभाळ. सकाळी उठले तेव्हा तर वेडीच झाले मी, किती छान बाग आहे. चारपासून उठतो का लिंबाजी? त्याच्या खुडबुडीनं जागी झाले मी." नेहा उत्साहात म्हणाली, "तू जरा डोळे उघडून बघ, कविता करायला लागशील."

"फिलहाल तर विराण्या गातेय." मानसी पुटपुटली.

संध्याकाळी कलाबाई आल्या. त्या नेटक्या बाईबद्दल नेहाला जबर उत्सुकता होती.

सगळ्याजणी अंगणात बसल्या.

"आज गावात गेल्या होत्या वाटतं? काय विशेष?" वृंदाने विचारले.

"आबासाहेबांना बरं नाही."

"काय झालं?" राधाला राहवले नाही.

"त्यांना तीन दिवसांपासून ताप आहे. घसा दुखतोय. आधी सुंठ, हळदीचं दूध दिलं. मग डॉक्टरांनी गोळ्या दिल्या होत्या, त्याही झाल्या. काल रात्री फार तगमग झाली. ताप वाढला."

"आम्हाला कळवायचं गं. लिंबाजीला पाठवलं असतं."

"ध्यानात नाही आलं. डॉक्टरांना फोन केला होता. मग त्यांनी थंड पाण्याच्या पट्ट्या ठेवा सांगितलं तर सगळ्या अंगाला ओल्या फडक्यानं पुसत बसले. सगळी रात्र जागून काढली. म्हटलं, सकाळी आधी चला दवाखान्यात."

"हो ना, उगाच काळजी. त्यात तुम्ही तिघंच घरी."

"तर काय? माळीबा म्हातारा अन् आम्ही तिघं. त्यात बाई तशा झालेल्या. 'हे' ऐकत नाहीत. 'त्यांचा' स्वभाव हट्टी." कलाबाई सहज बोलत होत्या.

राधा सहेतुक वृंदाकडे पाहात होती.

"वयामुळं होतं." काहीतरी बोलायचं म्हणून वृंदा बोलली.

"छे हो, हाच स्वभाव. मूळ स्वभावच तसा. अहो, आता तरी बरं आहे. आधी बघायचं होतं. असा रागीट माणूस अख्ख्या टापूत नाही म्हणायचे सारे. शेती होती तेव्हा नोकरमाणसं खूप. चळाचळा कापायची सगळी. ह्यांच्यासमोर यायची टाप नसायची. रागावले तर लाल पडायचा चेहरा."

"आबासाहेब फार देखणे दिसत असतील नाही तरुणपणी." मानसी म्हणाली.

"त्यांना काय माहिती? त्या–" राधा म्हणाली.

तिचं बोलणं अर्धवट तोडीत कलाबाई म्हणाल्या, "अहो, परागदादाचा जन्म झाला तेव्हापास्नं मी आहे इथं. बाईंना लवकर मूलबाळ झालं नाही. आठ-दहा वर्षांनी हा एक मुलगा झाला. वर्षभर बाई माहेरी होत्या. वर्षाचा मुलगा घेऊन परत आल्या."

"मी आबासाहेबांचं म्हणत होते की, आता इतक्या वयात ते इतके चांगले दिसतात तर आधी खूपच–"

मानसीला आवरत वृंदा म्हणाली, "अंदाज येतो ना? मग मावशी काय सांगणार? त्या तर बिचाऱ्या आश्रित म्हणून आल्या. म्हंजे मी तसं ऐकलंय."

कलाबाईंना खूप चांगला श्रोतृवर्ग मिळाल्याचं दिसत होतं.

त्या सांगण्याच्या मूडमध्येही होत्या.

"तर काय हो, तशी खेड्यातलीच मी. अगदी आश्रित नाही झाले. माझ्या

नवऱ्याकडची दहा-पंधरा एकर जमीन होती. आईवडिलांकडची होती. गावाकडं घर होतं– जुना वाडा.''

''पन तुमी सासरी का ऱ्हायला नाई ताई? आपलं कुंकू ते आपलं घर. हक्काचं. उगीच सोडलं तुम्ही. सासरी मानसं असतीलच की?'' राधा म्हणाली.

कलाबाईने सासरच्या माणसांबद्दल सांगायला सुरुवात केली. तिचे सासूसासरे, त्यांची नावं, मग मोठा भाया वगैरे तशी नेहा, मानसी कंटाळल्या.

''राधा, भूक लागलीय. काहीतरी खायचं का?'' असे प्रश्न सुरू झाले.

वृंदाने राधाला चहाला पिटाळले. विषय बदलला. जुनं लोणावळा कसं होतं, मग मुंबईमुळं त्याला कसं बाजारू स्वरूप आलं, यावर चर्चा सुरू झाली. चहा घेऊन कलाबाई गेल्या तशी वृंदा मानसीवर भडकली. ''कितीवेळा त्या आबासाहेबांबद्दल बोलायचं? इतके वयस्क ते. अन् विचारायचंच तर आज्जींना विचार. ह्या मावशी काय सांगणार? तुला मी गप्प करतेय तर तुझं टुमणं चालूच.''

''काय वावगं नाई बोलल्या. ती बाई बी ह्ये आन् ह्येनी करीतच हुती की. आजुबा नाय तर काका, मामा आसं कायबी मनायचं, पन तसं ऱ्हवतं.'' राधा म्हणाली.

नेहाला राधाचं बोलणं कळलं नाही. पण प्रकरण काहीतरी वेगळं आहे हे तिला जाणवलं.

''मनू, तू तर त्या आबासाहेबांबद्दल बोलत होतीस. मला तर त्या मावशी चांगल्या दिसतात म्हणायचं होतं. अग एखाद्या सुंदर नटीला लाजवेल. त्या काळी सिनेमा किंवा जाहिरातीत गेल्या असत्या तर आज असं खोपटात राहावं लागलं नसतं त्यांना.''

''अहो नेहाबाई, त्या बाई लई चांगलं ऱ्हात्यात. घर, गाडी, घोडं, चांगलं खायला, प्यायला हाय.'' राधा म्हणाली.

''अगं, राहायला घर, पोटाला अन्न म्हंजे संपलं का सगळं? माणूस आहोत आपण. मन नावाची गोष्ट नाही का? पूर्वी मुलगी सासरच्या दावणीला नेऊन बांधली म्हणायचे. पण आपण काही प्राणी नाहीत. किती गोष्टी असतात मनाच्या ठायी. सगळ्यात जास्त म्हणजे आपलं कुणीतरी असावं, आपली काळजी व्हावी, आपल्यावर प्रेम करावं अशी इच्छा असते आपली. स्वत:चं घर, त्या घराची देखभाल, इच्छेप्रमाणे कामं व्हावी, आपली सत्ता असावी–'' वृंदा म्हणाली.

राधा अप्रुपानं वृंदाकडं पाहात होती.

''त्येच तं म्हंते. सत्ता कशी नाही? उलट कलाबाईचीच सत्ता हाय त्या घरात. त्या मनतील तसंच चालतं. जागीरदारीनबाई पडल्यापासून तर ह्या बाईच्या म्हनन्याबिगर पान हलत नाही. तुमाला सांगते बाई, जागीरदारीनबाईनं जितकं ह्यांना आश्रितावानी वागवलं असंल, त्या सगळ्याचं उट्टं ही बाई काढतीया.''

मानसी-नेहा उत्सुकतेने तिचे बोलणे ऐकत होत्या.

"आता ह्या पोरी लहान हैत. तेंच्यापुढं बोलावं का नाई? पण माळीनबाई म्हंत्यात की ह्या बाईनं मालकिनीला लगीच गुंडाळून ठेवलंय. समदा या बाईचाच तोरा हाय. काम करनारे समदे कंटाळले हैत. कुणालाबी परतेक्ष मालकाचं ऐकायला आवडतं, पन अशा बाईचं ऐकाया नकु वाटतंय."

"अशा म्हंजे?" नेहाच्या प्रश्नाने वृंदाला वाटलं, 'बरं झालं. या निमित्ते मानसीला सत्य कसं असतं ते कळेल.' तिनं नेहमीसारखं या प्रश्नाला ऑब्जेक्शन घेतलं नाही.

कधीही कोणाहीविषयी वाईट बोलणं निघालं की वृंदाला नकोसं व्हायचं. विवेक तिच्या अशा वागण्याची सांगड तिच्या लहानपणच्या घरच्या वातावरणाशी घालायचा. त्याच्या मते वृंदाच्या घरात कोणत्याही अनैतिक गोष्टीबद्दल फारच तीव्र विरोध असायचा. परिणामत: तो विषयच नको, ही भावना.

'मुंबईसारख्या महानगरात दिवसाला हजारो विवाहबाह्य संबंध होत असतील' असं तो विनोदात म्हणे. 'पण तुझ्या घरात दाराच्या फटीतूनही त्याबद्दल काही बोललं जात नसणार. इतकं सोवळं तुमचं घरं.'

वृंदाला वाटले, विवेकला माहिती नाही सध्याची घरातली स्थिती! त्याने मनूबाईचे प्रकार पाहिले असते तर अशी वक्तव्यं करायला धजावला नसता. सोवळं तर सोडाच, इथे कमरेचं सोडून डोक्याला गुंडाळलंय हिनं.

राधा तिच्या चेहऱ्याकडे पाहात होती. बोलावं की नाही म्हणून साशंक होती. ती गप्प आहे हे पाहून अखेर म्हणाली, "अशी बाई म्हंजी– काय सांगावं? नेहाबाई, काईकाई संबंद अशे असत्यात त्यात नातं नाईच. मंजी भाईर दाखवाया येगळं, आतून येगळं. जगाला खरं काय ते कळतं, पन मांजर डोळे मिटून दूध पितं तवा जग तोंडदेखलं 'हा हा' म्हनलं तरी मनातून खूनगाठ बांधून असतंय."

"किती घुमून फिरून सांगतेस?–" नेहा त्रस्त होत म्हणाली.

वृंदा हसू लागली.

"कलाबाई आबासाहेबांच्या दुसऱ्या बायकुसारख्या हायेत. पण लग्नानं नाई. त्यामुळं त्यांना बायकुचा दर्जा नाई. भाईर लोकांची मान्यता नाई. पण आबासाहेब हे जुमानत नाईत. आन ते इतर नात्याच्या पडद्याखाली नवरा-बायकुसारखेच ऱ्हात्यात."

"बापरे!" नेहा म्हणाली.

"हेच ते! खरं कळत असूनही बोलायचं नाही हा आपला समाज! ऐकल्यावर शॉक बसल्यासारखं करायचं अन् मनात मला इतके दिवस वाटतच होतं, अशा शंकेचं समर्थन झाल्याचं समाधान बाळगायचं."

"पण लोकांना शंकेत रहायला आवडतं. मग अंदाज बांधायचा खेळ चालू

राहतो.'' वृंदा म्हणाली.

''आगदी बराबर बोललात. शंका घ्येतेत लोक. पन कलामावशी लई फुडं हाय. त्येन्ला वाटतं त्येंनी लई खस्ता खाल्ल्या या घरासाठी. तर आता मागचा-पुढचा हिशेब बराबर करायला पाहतीया ती.''

''मरू दे त्यांचा हिशेब! खरं काय?'' नेहा म्हणाली.

''देवाब्राम्हणांपुढे..... घातलेली काळी पोत खरी. कलाबाईला कोन इचारनार? उद्या पूजेला बसायचं काम पडलं तर जागीरदारीन मावशीच बसतील. समाजात त्याच बरोबर न्हातील. पैसा त्येंनाच मिळंल. अगदी आबासाहेब गेल्यावर लोक त्येंचच सांतवन करतील. आधी किंवा नंतर कलाबाईची जागा कोनती? तर कोनतीच नाही. माना नाईतर मानू नका. ती काई बायकूची जागा घेवू शकणार नाई. अवो, उद्या आबासायबावर पुस्तक लिहिलं तर एकबी वळ हिच्यावर लिहिली जानार नाई. आखरीचं दर्शनपन तिला दुरूनच घ्यायला लावतील. ही गावी गेली आन आबासायब जास्तीच बिमार झाले तर कुनी कलाबाईला अर्जंट बलविणारबी नाई. लोक मनतील– संबंधच काय?''

''बापरे बाप! सांगत्येस त्यावरून राधा तू खूप विचार करतेस कलाबाईचा.''

नेहाच्या या वाक्यावर वृंदा हसली.

''तुलनात्मक अभ्यास चाललाय. इथं कामच काय आहे तिला?''

मानसी चेहरा निर्विकार ठेवून ऐकत असली तरी एक वादळ तिच्यात जन्म घेत होतं.

झोप तर येणार नव्हतीच. सकाळपासूनच्या कितीतरी गोष्टी मध्येच डोके वर काढीत होत्या, पण उशीवर डोके टेकवले की पहिला विचार होता त्रिलोक!

'का मला संपर्क करत नाहीयेस तू? का? काय झालंय तुला? व्हॉट्स रॉंग? एरवी तर फार फोन करायचास. तुझ्या फोननं कधी कधी वैतागून जायची मी. बोलायला विषय उरला नाही म्हटलं तर 'आय लव्ह यू' पाढा म्हणायचास! किती किती फोन फक्त 'आय लव्ह यू, आय मिस यू, तुझी आठवण येतेय.' एवढं एक वाक्य म्हणायला करायचास. आता कुठे गेलीय आठवण त्रिलोक? तुझा चेहरा इतका जवळ दिसतोय की हात लावू शकेन मी. मग तुला का आठवत नाही मी?'

किती जवळ, किती जवळ एकाच उशीवर टेकवलेली दोन डोकी, मिठ्यांमध्ये असताना, चुंबन घेत असताना–

माझ्या मुखावरचा वाकलेला तुझा अधीर चेहरा आणि नंतर श्रांतक्लांत, पण समाधानानं भरलेला तुझा चेहरा. काय होतंय हे त्रिलोक? की खरोखर सगळे म्हणतात तसाच आहेस, तुझं मन भरलंय अन् मी नकोय तुला आता? मला

वापरलंयस तू?'

मानसीचे डोळे भरून वाहायला लागले. कानाकडे ओघळणाऱ्या पाण्याच्या धारा ती पालथ्या हाताने पुसत राहिली.

'तसं असतं तर आश्विन, स्टेला का आले होते? का फोन करतात मध्येच?'

'तू फोन का करीत नाहीस? त्यांना का करायला लावतोस? की माझ्यासारखं दुसरं कुठलं खेळणं सापडलंय तुला? कदाचित तुझी दिल्लीची डायरेक्टर? किरण? तिचे सारखे फोन यायचे तुला. तीही माझ्यासारखी वेडी झालेली होती? तू तिला प्रतिसाद देत नाही म्हणून तीही भ्रमिष्टासारखी करीत होती? तूच म्हणाला होतास की 'शी इज मॅड.' पण कामावर ठेवलीस. कारण ती तिचं काम उत्तम करीत होती. तिचं काम काय होतं? की ती तुला उत्तम सर्व्हिस देत होती माझ्यासारखी? जीव ओतून? अगदी फुल्ली इनव्हॉल्व्ह होऊन? तसं असेल तर आणखी कितीतरी असतील ना?

इज ही अ वुमनायझर?

आपल्या डोक्यात हा विचार आधी कधीच का आला नाही? त्याची कुठलीच माहिती नाही आपल्याला! पण प्रेमात पडताना माणूस आधी माहिती थोडीच काढत बसतो? बस्स, तो प्रेमात पडतो.

तुला तरी मी कुठे माहिती होते? कसा अचानक भेटलास! तुझ्या व्यक्तिमत्त्वानं प्रथमदर्शनीच प्रभावित झाले मी. तुला किती वेळेस सांगितलं हे मी.

तुझे डोळे, मोठ्या काळ्याशार पापण्या, काळीशार बुबुळं, दाट भिवया, मध्यम कपाळ आणि दाट रेशमासारखे केस. तू माझं चुंबन घेताना अर्धवट मिटलेल्या डोळ्यांकडे नंतर मी डोळे उघडून पाहायची तेव्हा माझी मलाच गंमत वाटायची.'

त्याच्या आवेगानं जवळ घेण्याच्या आठवणीनं तिच्या चेहऱ्यावर हसू फुटलं. लागलीच पुसलंही.

"तुला आठवत नाही त्रिलोक? तुला काही आठवत नाही? या लोणावळ्यात तू मला आणलं होतंस फक्त पाऊस दाखवायला. कंटाळून हॉटेलच्या कॉटवर मी पडले तर उठवून तू मला खिडकीपाशी नेलं होतंस. पूर्ण काचेच्या खिडकीसमोर उभं केलं होतंस, 'ए, पाऊस बघ. किती छान आहे ना! झाडं बघ, किती लावली आहेत पाण्यानं. पानं बघ त्यांची. चिंब भिजलेली. आपण एकत्र येतो तेव्हा तू अशी दिसतेस."

"मी या मातीसारखी शोषून घेते तुला." आपण म्हणालो होतो.

"ओढून घेतेस म्हण, ओढतेस मला, आय लव्ह यू सो मच. हा पाऊस, तू आणि मी फक्त."

'खोटं होतं ते त्रिलोक? आता ती ओढ कुठे गेली? की मी अशी अपंग झाले तर तुझ्या कामाची नाही राह्यले? मी अपंग झाले.' अपंगत्वाच्या विचाराने तिला

गदगदून आले. डोळ्यांवर हात आडवा ठेवत ती बराचवेळ रडत राहिली.

विचाराचे थांबलेले आवर्त पुन्हा सुरू झाले. यावेळी त्याची दिशा वेगळी होती.

'कुणी दिलं मला हे अपंगत्व? मी गेले होते गाडी घेऊन? अरे, माझ्यासारख्या सामान्य मुलीकडे तर गाडीही नव्हती. तूच चल म्हणालास ना? तूच आखलास हा प्लॅन? तुझी बायको, वडील आजारी म्हणून माहेरी गेली होती. 'अजून थोडं राहू दे त्यांना आजारी.' असं तू म्हणालास तेव्हा मी हुरळून गेले होते. किती मूर्ख होते मी! स्वतःच्या आप्ताविषयी कशा भावना होत्या तुझ्या? कशासाठी? मला भोगता यावं म्हणून?' चिडून उठली ती, अगतिक झाली.

'हे खोटं असेल तर मला फोन कर. त्रिलोक, कॉल मी. येऊन भेट मला. सगळ्यांसमोर येऊन भेट, निदान फोन कर. तसले तुझ्या ऑफिसमधले लोक 'फिलर्स' म्हणून पाठवू नकोस. मला तसली फुलं नकोत. तू हवा आहेस. तू माझ्याजवळ राहिलास तर माझी सगळी दुखणी बरी होतील. मी चटकन सुधारेन. आय नीड यू बॅडली. कम, लव्ह मी. मी जळतेय त्रिलोक. तुझ्यासाठी. तुला कळत नाही? तुला काहीच वाटत नाही? आपण एकत्र घालवलेला काळ खोटा होता? प्रेमभरात उच्चारलेली वाक्ये, शब्द हवेवर तरंगायला सोडली होती की काय? कम. मीट मी. कम.'

मानसीचं सगळं शरीर आकळून आलं. एवढा मोठा आवंढा आला की गळघाटीत वेदना उठली. दोन्ही हातांनी तिनं डोक्याखालची उशी दाबून धरली. एकदम शॉक लागल्यासारखी झाली ती. उशीखाली गेलेल्या हाताला मासिक लागलं नाही.

'कुठे गेलं? नेहाने पुन्हा घेतलं की काय? की राधानं उचलून ठेवलं? ताईच्या हातात तर नाही गेलं?' वृंदाच्या विचारासरशी ती घाबरली.

आता कोणत्या पद्धतीनं हे पुन्हा समोर येणार, या विचाराने ती धास्तावली.

नेहाच्या नावाने मोठमोठ्यांदा हाका मारू लागली.

"काय झालं? काय पाहिजे?"

"मासिक–?"

"आहे माझ्याजवळ. राधानं चादरी काढतेवेळी मी पाहिलं. घेतलंय आणि ऐक, तुझ्याजवळ ठेवू नकोस. तू 'अशी' ठेवणार कुठे? थोडी चालायला लागशील तेव्हा देते. सध्या तू, तो वॉकर यांना धरावं लागतंय. त्यात हे मासिक ठेवलं तर वैताग होईल."

मानसीने मोठा श्वास ओढला अन् तेवढ्याच जोरात सोडला.

मान हलवली.

नेहा गेली.

नेहा म्हणतेय तेच खरं! रिस्क नको. अगदी एकाकी झालेय मी. आजूबाजूची माणसं म्हणतील तसं वागावं लागतंय. ठेवतील तशी राहतेय हेही खरं नाही. ताई खूप काळजी घेते आहे. पोटच्या मुलीसारखी. मीच कृतघ्न तशी! तिला पाहिजे तशी त्रिलोकपासून तुटू शकत नाही. वरवर तिला 'हो' म्हटलं तरी मनातून मी त्याची वाट पाहतेय.

''किती वाट पाहायला लावतेस?'' दार लावताच मानसीला मिठीत ओढत त्रिलोक म्हणाला होता.

''कॉलेजमधून इकडे यायचं तर वेळ लागणारच.''

''मी गाडी पाठवत होतो तर नको म्हणालीस.''

''नको रे बाबा, तुझी ती भली मोठी 'इंपोर्टेड' गाडी पाहिली की पोरांचे डोळे चिकटतात गाडीला. उत्सुक आणि आसुसलेले, म्हणूनच जळाऊ!''

''असू दे ना त्यांना 'जेलस'! ते गाडीबद्दलच आहेत सध्या. जेव्हा त्यांना कळेल तुझ्यासारखी सुंदर, स्मार्ट तरुण मुलगी मला मिळालीय तेव्हा ते काय करतील?'' हे बोलत त्याने एकीकडे तिचे कपडे काढण्याचा उद्योग सुरू केला.

''सोड रे. तू इतकाही दम धरत नाहीस.''

''हातात चॉकलेट देऊन ते तसंच राहू दे म्हटल्यासारखं आहे.'' म्हणत त्याने तिची मान, ओठ, गाल सगळ्यांवर ओठ टेकायला सुरुवात केली.

हा अधीरपणा तो थकून जाईपर्यंत राही हे तिला माहीत होतं. त्याला संपूर्णपणे स्वत:त सामावून घेण्याचं सुख अनुभवल्यावरही ती त्याचे मुके घेत राही. तो मात्र पूर्णपणे अलिप्त होई. ती त्याच्या अंगावर रेलून राही. त्याच्या गळ्याला मिठी मारून छातीवर डोकं घासे. गालावर गाल घासे. आणि कपाळाचे, हनुवटीचे, डोळ्यांचे मुके घेत राही. तो तिला बाजूला करीत खांदे गच्च धरून बसती करे.

''पुरे पुरे.''

''नाही नाही.'' म्हणत मान हलवीत ती पुन्हा त्याच्या कुशीत शिरे.

तिला पुन्हा बसती करत तो म्हणे, ''कम ऑन, मनू. आपल्याला व्यवहारी जगातही राहायचं ना?'' ती आज्ञाधारक मान हलवे.

''मग? बी प्रॅक्टिकल. आता आपली कामं आपल्याला करायचीत ना?'' यावर ती पुन्हा हसत नकारार्थी मान जोरात हलवित राही. अन् म्हणे,

''मला नाही जायचं त्या प्रॅक्टिकल जगात. आणि मला कामही करायचं नाहीय. तू आहेस ना! इतका यशस्वी. काम करतो आहेस. मी तुझी बायको ना? मी बसून खाणार. ऐश करणार. तू काम कर अन् फावल्या वेळात माझ्याजवळ राहा. तू आणि मी बस्स.''

आवेगाने ती पुन्हा त्याच्या गळ्यात पडे. यावर त्रिलोक हसून तिचं नाक चिमटीत धरून ओढत म्हणे,

"वेडीच आहेस. खरंच वेडी आहेस."

'वेडीच आहे मी.' मानसीच्या मनात आलं.

'नाहीतर कालपासून नेहाच्या मोबाईलवरून तीन-तीन एस.एम.एस. मी केले नसते.

निरोप जात आहेत म्हणजे ते त्याला मिळत आहेत. मग उत्तर का देत नाही तो? व्हाय इज ही नॉट कॉंटॅक्टिंग मी? व्हाय? मग ही फुलं कशाला पाठवतोय? फुल कुठं आलीयत या आठवड्यात? स्टेलाचाही फोन नाही. काहीतरी झालंय. मला कळत नाहीये. कळायला मार्ग नाही. स्टेलालाच फोन केला तर? ती सांगेल का? तिला तरी माहिती असेल का? निदान तो कुठे आहे एवढं तरी सांगेल ती.

मानसीने चाकाची खुर्ची जवळ ओढायचा प्रयत्न चालवला. ती धडपडली. खुर्ची कोलमडली. बाजूच्या कपाटावर आदळून मोठ्ठा आवाज झाला.

राधा आणि नेहा धावत आल्या.

खुर्ची नीट करीत राधा म्हणाली,

"काय पायजे? हाक मारायची ना. नाहीतर ही घंटी ठेवलीय बाईंनी ती वाजवायची ना. पुना पडल्या, काई झालं तर दुखनं कमी व्हायच्या ऐवजी वाढायचं."

नेहा काळजीने पलंगाच्या कडेवर टेकली.

"तर काय? आम्हाला बोलाव ना. तुला काही पाहिजे का? आणि हे काय? रडत होतीस की काय? काय झालं, मनू?"

नेहाने प्रेमाने मानसीचा हात हातात धरला, तसं मानसीला रडू आवरेना. मान हलवित ती फक्त नाही-काही नाही म्हणत राहिली.

राधा गेली.

"मला सांग मनू काही प्रॉब्लेम? त्रिलोकची आठवण येतेय, हो ना?"

दोघी न बोलता बसून राहिल्या.

थोड्या वेळाने मानसी म्हणाली, "मी इतकी गुंतलीय– मला वाटलं नव्हतं तसं. काय करू गं? त्रिलोक फोन घेत नाहीये. त्याला 'मेसेजेस' पाठवले, पण उत्तर देत नाहीये. कशात लक्ष लागत नाही. करमत नाही. 'आय ॲम अ रेक.' एकदा तरी बोलू देत त्याला. मला समजेल काय चाललंय ते. असं अधांतरी लटकून राहण्यापेक्षा काय तो सोक्षमोक्ष होईल."

"तुला सोक्षमोक्ष व्हायला हवाय?" नेहा शांतपणे म्हणाली. "मग शितावरून परीक्षा कर ना. तो नाहीना करत तुला कॉंटॅक्ट? धिस इज इंडीकेशन इनफ. तू

लक्षात का घेत नाहीस?''

मानसी उदास, मंद हसली.

''लक्षात घ्यायचा तर प्रयत्न चाललाय, पण तरीही मन ओढीत राहातं. त्याला लगाम घालून घोड्यासारखं थांबवता कुठे येतं? चौखूर उधळतं मन. इतक्या आठवणी येतात वाऱ्यानं वणवा वाढावा तशा, एखाद्या वाक्यागणिक एखाद्या रंगासरशी! एवाद्या वाऱ्याच्या झुळकेगणिक. तुला नाही कळायचं, नेहा.''

मानसीचा आवाज रडवेला होत होत खोल जात राहिला. नेहाला वाईट वाटले. तिचे प्रेम वाटले, माया वाटली. कणवेने मानसीचा हात ती थोपटत राहिली.

''आपण काही करू शकत नाही.''

''नेहा, तू रागावणार नसशील तर– स्टेलाला एक फोन करूया का? तिचा नंबर आहे माझ्याजवळ.'' अशा वातावरणात नेहा 'नाही' म्हणू शकली नाही. मानसीने एक चुरगाळलेला कागद काढला. वाकड्या तिकड्या अक्षरात मराठीत लिहिलेला एक नंबर होता.

''लक्षात ठेवून लिंबाजीकडून लिहून घेतलाय.'' मानसीच्या आवाजात एक अपराधीपणा होता.

''इतक्या रात्री लावायचा?''

''फार वेळ कुठं झालाय? सकाळीच जाईल ती ट्रेन पकडायला. मग नाही लावता यायचा. शिवाय ताई यायच्या आत–''

नेहाच्या फोनला उत्तर आलं. नेहानं ती कोण बोलतेय ते सांगितलं. दोन वाक्यांत फोन संपला.

''तिला माहिती नाहीये म्हणतेय.''

मानसीचा चेहरा दु:खाने भरला. स्वत:ला सावरत ती म्हणाली, ''मला दे फोन. मी बोलते.''

'मानसी बोलतेय'चा परिणाम वेगळा होता. स्टेला चतुर होती. त्रिलोकसारख्या मालकाला जाणून होती. कदाचित आजची नाराजी दोघांमध्ये राहणारही नाही.

''हाऊ आर यू डिअर?'' स्टेलाचा गोड आवाज आश्वासक वाटला.

''त्रिलोक कुठंय? त्याने वेगळा नंबर घेतलाय? ही इज नॉट इन टच विथ मी. विल यु टॉक टू हिम? मला कळव. मला फोन कर म्हणावं. मी वाट पाहातेय. प्लीज स्टेला, प्लीज–''

फोन बंद.

एक तणावाखालची शांतता.

डबडबलेल्या डोळ्यांची मानसी छातीवर हात ठेवून.

अस्वस्थ नेहा.

"काय?" नेहाच्या डोळ्यांत प्रश्न.

"तिला त्याचा नंबर किंवा तो कुठे आहे हे माहीत नाही म्हणे! खोटं बोलतेय. बीच! तो पाठवायचा तेव्हा पोपटासारखी नको तितकं बोलायची, आत्ता मात्र शी वॉज सो ब्रीफ– काईंड ऑफ अलूफ. तुकड्यावर पोसलेली कुत्री–" शेवटच्या वाक्याला तिचा आवाज रडका झाला. संताप अन् दुःखमिश्रित.

नेहानं तिला जवळ घेतलं. न बोलता तिचं डोकं थोपटत राहिली.

"तुला शांत राहायला हवं. प्रश्न तुझ्या तब्येतीचा आहे. तुला बरं व्हायचंय. अन् तेही बहुधा त्रिलोकशिवाय. लर्न टू लिव्ह विदाऊट हिम. लवकर बरी झालीस तर इतर गोष्टींचा निर्णय आपोआप होईल. मात्र अशी रडत बसलीस तर आजारातून बरी कशी होशील?"

दारात केव्हाचीच वृंदा उभी होती.

मूक साक्षीदार.

राग, प्रेम, माया या विविध भावनांचा ओघ आवळून. ती मागे गेली. लांबून हाक मारल्यासारखं करीत मोठ्या आवाजात म्हणाली,

"चला गं चला, जेवायला येता ना?"

स्वच्छ उन्हाची सकाळ. खिडकीबाहेर हिरवटलेले डोंगर. तुऱ्यासारखी दिमाखदार झाडं. डोंगराच्या एका बाजूवर वाढलेलं जंगल. समुद्रफेसासारखे दाटीवाटीने दिसणारे त्यांचे तुरे. अगदी खिडकीपाशी झुलणारी लिंबाच्या झाडाची फांदी आणि अनामिक पक्षी. लांबवर काळसर पक्ष्यांचा थवा आणि आकाशात तरंगणारे पांढरे ढग. मानसीने डोळे उघडले ते या सकाळी.

आज कशाचाही विचार करायचा नाही. त्रिलोकचा सुद्धा. हे म्हणताना त्रिलोकचा विचार आलाच की! नेहा म्हणते, तसं तो यायचा तेव्हा येईल. आपण स्वतःची प्रकृती नीट ठेवली पाहिजे. पण आपण पुनःपुन्हा त्या विचाराकडे जातोच कशा? स्वतःला बजावलं पाहिजे की मानसी, तू कशी होतीस? किती बोल्ड! एकदम शूरवीरासारखी. कशाची भीती बाळगतेयस तू? तुला जसं जगायचं होतं, जे वाटत होतं त्याबाबतीत तू कधी द्विधा होतीस का? नव्हतीस. मग आता ही द्विधा अवस्था कशासाठी? एवढी धीट आहेस तर बरी हो आणि सरळ त्रिलोककडे जा. तो लग्न करेल तर करेल, राहा त्याची दुसरी बायको म्हणून. दुसऱ्या बायकोला अधिकार नाहीत. मान्य. पण कोर्टात जायचंय का तुला? त्याचा पैसा, संपत्ती, मालमत्ता, वैभव पाहिजे का तुला? नको. तुला फक्त तो पाहिजे ना? मग राहा त्याच्याबरोबर. तो ठेवेल तसं. तुला खात्री आहे तो इतका श्रीमंत आहे की चांगलंच ठेवील तुला. त्याच्या बायकोकडे जाणारही नाही परत.

हे शक्य नाही. त्या मासिकात काय लिहिलं होतं? तो मोस्ट मॉडर्न फोटो. ती वाईट नाहीये दिसायला. तूच ती कुरूप वगैरे असणारच असं सांगितलं होतंस स्वत:ला... नुसतं सांगितलं नाहीस तर खात्रीच दिली होतीस.

ताई म्हणते तसा हा सिनेमाचा परिणाम.

तशी तू नाहीयेस. मापून, पारखून बघणारी आहेस. सिनेमासारख्या गोष्टींचा परिणाम तुझ्यावर होणाचं कारण नाही. क्रेडिट गोज टू युवर मिडल क्लास अपब्रिंगिंग.

हं. हं. आईबापाबद्दल तीव्र व्हायचं नाही. ते नसते तर तू बेवारशी म्हणून तुला दफन केलं असतं. एकदा मिळणाऱ्या आयुष्याचा - 'दि एण्ड!'

त्रिलोकनं तुला कसं सांभाळलं असतं? तोही जखमी. त्याच्याबरोबर नकोच होतं जायला. आधी तर जवळ कुठेतरी जायचं ठरवलं होतं, महाबळेश्वरला. तसं त्यानं बुकिंग केलं होतं. पण त्याला बंगलोरचा फोन आला. कामाची 'अर्जन्सी' अशी की जाणं भाग आहे म्हणाला.

तू नको म्हटलं होतंस की! पण त्याची आणि तुझी एकत्र राहण्याची तीव्रता आली. शरीराची ओढ ही एक वेगळीच गोष्ट आहे. ती तीव्रता खेचून नेताना विवेकावर पडदा टाकते. नुसतं तेवढंच नाही तर विवेकाला अंधारात ढकलते.

भोगा त्याचे परिणाम!

आणि आता तो तोंड दाखवत नाहीये.

मला इतका स्वाभिमान आहे. सेल्फ-रिस्पेक्ट म्हणतात तो आहे, तर मी का अशी रेंगतेय त्याच्यापुढे? तो फोन करत नाही, उचलत नाही, एस. एम. एस.लाही उत्तर देत नाही. का? मी जीवापाड प्रेम केलंय त्याच्यावर. निष्ठा ठेवली त्याच्यावर. काय नाही केलं? मित्र-मैत्रिणींना दूर अंतरावर नेऊन बसवलं. मी आई-वडिलांशी प्रतारणा केली. खोटं बोलत राहिले. हे काय फक्त 'माझ्या' प्रेमासाठी? मी एकतर्फीच प्रेम करीत गेले की काय? की हे नातं इतकं पोकळ होतं, ठिसूळ होतं की, ते काळाच्या एका धक्क्यासरशी तुटलं? सामान्य मुली लग्न करून संसार थाटतात. ते सगळं झुगारलं मी! स्वत:ला वेगळी समजत गेले. ते खोटं स्वप्न होतं? तो भ्रम होता?

इतर मुलीही लग्न करतात. (लग्नही होतात.) मी लग्नाचा विचार ठेवला नाही. खऱ्या प्रेमाचा विचार ठेवला. सामाजिक नाव या नात्याला आवश्यक वाटलंच नाही. जुन्या संकल्पना तोडण्याची झिंग होती. आपण सामान्य नाहीत याचा गर्व होता का? मी स्वत:ला वेगळी समजत होते का?

नव्हते मी वेगळी? व्यक्तिस्वातंत्र्याचा ध्यास नव्हता मला? होतीस ना वेगळी म्हणून तर लग्न झालेल्या माणसाच्या प्रेमात स्वत:ला झोकून दिलंस. त्याच्या

कुटुंबाचा विचारही तुझ्या मनात आला नाही.

त्याच्या मनात असं कधी आलं नसेल? माझं वय, माझं करिअर, माझं मन. कशाचाही विचार त्रिलोकनं केला नसेल?

आता चौकशीही न करता स्वित्झर्लंडला जाताना माझ्या विश्वासाचा चक्काचूर केला त्यानं. हे नातं ढिसाळ आहे हे सिद्ध होत नाही त्यानं?

मानसीने मान झटकली. विचार दूर करण्यासाठी. ते जात नव्हते. आई नेहमी म्हणायची, आपण सर्वसामान्य सरळमार्गी, मध्यमवर्गीय माणसं. नाकापुढं चालणारी. छक्क्यापंजांना बळी पडणारी अन् कधी स्वत: ते न करू शकणारी. फसवले जातोय, हे कळत असूनही प्रतिकार न करू शकणारी. गुंतत गेलेल्या गोष्टीमुळे प्रतिकार करू शकत नाही हे ठाऊक असतं आपल्याला. पण हतबल होऊन जातो आपण. पापभीरू म्हणत त्या शब्दामागे लपतो आपण. खरं म्हणजे भेकड अन् पळपुटे असतो आपण!

मी तशी नव्हते.

अत्यंत हुशार, कर्तबगार, स्मार्ट आणि वेगळी होते. मनोज म्हणाला तशी, कार्पोरेट संस्कृतीला भुलले मी? त्याला बळी पडले? तो म्हणत होता की, ही संस्कृती आपली नाही. मी का नसेल ऐकलं? कशाचा कैफ होता? मनोजला लुळ्या श्रीमंतीपेक्षा सशक्त गरिबीचं आकर्षण आहे म्हणून आपण फजल अन् शिरीनजवळही त्याची टिंगल केली होती.

बाबा म्हणायचे की, जीवनात मूल्यं महत्त्वाची. समीरशी किती वाद व्हायचे. मला अन् समीरला श्रीमंत मुंबईची भुरळ पडलेली. लोक जगतात तसं आसासून जगणं म्हणजेच जगणं असं वाटायचं. हौसमौज आणि आनंद! मनाला पाहिजे तसं वागता येणं हे ध्येय. समीर आता बदललाय.

बाबा म्हणायचे, "तुम्हाला चंगळवादाची स्वप्नं पूर्ण करायची आहेत."

समीर म्हणायचा, "बाबा, तुम्ही मध्यमवर्गीय मूल्यं आणि निष्ठा यांचं उदात्तीकरण करता."

या दोघांमध्ये मला सारखं वाटायचं की, ही मूल्यं, मूल्यं म्हणून जो प्रकार आहे तो मध्यमवर्गीयांनीच का सांभाळायचा?

कारण श्रीमंतांना त्यांची गरज नसते आणि गरिबांना कष्ट करून पोट भरण्याची मारामार असते. त्यांना तेवढा ढोल पिटायला वेळ नसतो, असा सूर निघायचा.

आपण काय एखाद्या कादंबरीतल्या नायिकेसारखं वागलो?

महत्वाकांक्षी राहून स्वप्नांच्या गावाला गवसणी घातली की काय? न झेपणाऱ्या स्वप्नांना कवेत घ्यायला बघितलं?

त्रिलोकला कवेत घेताना आपण असं काही स्वप्न कवटाळतोय असं कधी

वाटलं नाही. उलट, एक चिरंतन सत्य जगतोय असंच वाटलं. तो निखळ समज होता काय?

आता तरी असा विचार तू का करतेस? मुळात त्रिलोक हाच मध्यबिंदू आहे. आपण त्याच्याभोवती गोंदवून घेतलेल्या रिंगणाच्या आत होतो आधी. पाण्यातला भोवरा पालापाचोळा, काट्या-फांद्यांनाही मध्यावर ओढतो, तशा भोवऱ्यात सापडलेल्या. आता तो परीघ ओलांडून प्रथम असा विचार करतोय. हा अपघात झाला नसता तर त्या भोवऱ्यातच गरगरत राहिलो असतो आपण. तेही ह्या भावनेने की लाटेवर तरंगते आहोत वेगानं. कदाचित त्रिलोकसाठी मोठेमोठे अडथळे पार केले असते. कदाचित अशी सकाळ नसती आली. डोळे उघडल्याक्षणी घेतलेल्या निर्णयाचा धुव्वा उडाला नसता. एरवी डोळे उघडल्यावर त्रस्त करणारे विचार कधी मनाला शिवले नव्हते.

मनोज म्हणतो तशी आयुष्याची ही अवस्था कशी मजेत जगायला पाहिजे! ना जातीपातीचा ना गरीब-श्रीमंतीचा अडसर. ना लोकापवादाचा, ना जास्तीच्या सामाजिक बंधनांचा काच! धुंद तरुणपण.

पण आपण बेबंद झालो.

मानसी टक लावून समोरच्या पोपटी डोंगराकडे पाहात होती. तिच्या कानावर बाहेरचा आवाज पडला. कुणीतरी आलेलं होतं.

कोण असेल?

तेवढ्यात वृंदा आत आली.

"बरं झालं उठली आहेस. डॉ. सोनटक्के आलेत. तुझ्या आणि नेहाच्या गडबडीत मी विसरून गेले होते. परवाच त्यांच्या सेक्रेटरीचा फोन आला होता, ते लोणावळ्याला येताहेत म्हणून. तसे ते बऱ्याच वेळेला येतात म्हणे इथे. मी त्यांना नंबर देऊन ठेवला होता. म्हटलं, त्यांचा पेशंट आहे. ते 'व्हिजिट' करत असतील तर फार चांगलं. नंतर मुंबईला जावंच लागणार आहे दाखवायला. काम संपल्यावर येतो म्हणाले होते. चल, ऊठ पटकन."

दहा मिनिटांत वॉकरच्या मदतीने चालत मानसी हॉलपर्यंत आली.

"या या मानसीताई. वा! तुम्ही तर छान प्रगती केलीय. गुड. व्हेरी गुड!" त्यांनी तिला तपासायला सुरुवात केली. त्यांच्याबरोबरचा मुलगा त्यांना मदत करीत होता.

तपासणी संपली.

डॉक्टरांच्या चेहऱ्याकडे वृंदा आणि मानसी अपेक्षेनं पाहात होत्या. डॉक्टरांच्या चेहऱ्यावर समाधान पाहून त्यांचा जीव भांड्यात पडला.

"सगळं ठीक आहे ना?" वृंदाने विचारले.

"एकदम ठीक. हातांच्या बाबतीत मी थोडा समाधानी नाही. अजून वेळ आहे. पाहू काय होतंय ते–"

"पुन्हा ऑपरेशन वगैरे?"

"आत्ता काही सांगू शकत नाही. काही गोष्टी नीट व्हायला वेळ घेतात. आपल्याला तेवढा वेळ द्यावाच लागतो. आता महिना होऊन गेलाय."

"दीड महिना झालाय." मानसी मध्येच म्हणाली. डॉक्टर हसू लागले.

"पेशंटला असंच वाटतं. पण हीच आम्ही चांगली खूण समजतो. कारण पेशंटला जोवर अंथरुणाचा कंटाळा येत नाही तोवर तो मानसिकरीत्या रोगाला कवटाळून बसलाय असं होतं. त्याला काम करावंसं वाटायला लागणं म्हणजे तो जगण्याच्या मुख्य प्रवाहात येऊ इच्छितो हे निश्चित झालं. मानसी, तू पुन्हा जगायला उत्सुक आहेस असा होतो याचा अर्थ. लवकर सुधारणार तू."

"तेच कसं मिळवू?"

"चालायला लाग."

"चालतेय ना."

"तसं नाही. वॉकर सोड आता. गर्दी असेल आजूबाजूला तर काठी वापर. मोकळं चालायला हरकत नाही. तुझी प्रगती तुझ्या मनावर अवलंबून आहे. आता तसा आजार म्हणून काही शिल्लक नाही."

"घरातल्या घरात चालतेय ती, बागेत, अंगणातही जाते."

वृंदाला तोडीत ते म्हणाले, "बाहेरही जाऊ शकता. धक्का लागला नाही म्हणजे झालं. थोडं गाडीत बाहेर जा. उतरून थोडं चाला. इथे चांगली शांतता आहे. तुम्हाला खूप चांगलं वातावरण मिळतंय. यू शुड युज इट."

वृंदाने प्रसन्नपणे मानसीकडे पाहिले. त्यांचा चहा झाला. बाहेर लिंबाजीने हवेलीतून माणूस आल्याची वर्दी दिली. वृंदाला आश्चर्य वाटले.

ती दारात आली.

"त्याचं काय काम आहे?"

"डॉक्टर सायबाला भेटायला आला आहे."

"त्याला कसं कळलं डॉक्टर इथं आलेत हे?"

लिंबाजीने खांदे उचलले.

वृंदा आत येत म्हणाली, "डॉक्टर, तुमच्याकडे जहागीरदारांच्या हवेलीतला माणूस आलाय. तुम्हाला भेटायचं म्हणतोय. तुम्ही आल्याचं त्यांना कळलं होतं? की–"

"आबासाहेबांचं कुटुंब माझं पेशंट आहे. शिवाय त्यांची बायको माझी मावशी लागते. फार जवळचं नाही नातं, पण माझ्या आजोळी एकत्र कुटुंब होतं. लहानपणी सगळे एकत्र यायचे. त्यात ही मावशीही असायची."

वृंदाने मान हलवली.

''फार चांगली माणसं आहेत. पण मुलगा फार लांब पाठवलाय हो.''

''पराग ना? ही इज इन टच वुईथ मी. ही दोघंच इथं असतात. तोही काळजीत असतो.''

''तुम्ही इथं नेहमी येत असाल?''

''अनेकवेळा. कधी कधी सुटीतही येतो. दोन दिवस मुंबईतून बाहेर पडलो की बरं वाटतं. गर्दी, ताण, पेशंट अन् प्रदूषण यांपासून दूर. तरीही फार दूर नाही.''

चहा आला. नाश्ता आला. त्याकडे पाहून ते म्हणाले, ''इथे खाल्लं तर मावशीकडे जेवण जाणार नाही. ती रागावेल माझ्यावर. तिच्या हातची कडव्या वालाची उसळ मला फार आवडते. उकडीचे मोदक, पुरणही. आज काय बनवते पाहू.''

''त्यांना बरं नाहीय ना?''

''तिला 'करू नकोस' असं बजावलंय, पण ती काहीतरी करणारच. आणि खरं कारण सांगू? पराग इथे नाही. या म्हाताऱ्या मंडळींची इच्छा मात्र काही ना काही करून खाऊ घालावं अशी असते. त्यानिमित्तानं मुलं आपल्याजवळ थांबावीत असं त्यांना वाटत असतं. एरवी आपली कामं सोडून त्यांच्याकडे जाणार कोण? तुमची ओळख झालीय? झालीच असणार. मावशीचा स्वभाव फार प्रेमळ आहे.''

''ओळख झालीय. आम्ही हा प्लॉट त्यांच्याकडून घेतलाय. आधी आम्हीच इथं कमी येतो. आता मनूमुळं इथं राहाणं होतंय. नाहीतर हे घर सुटीपुरतंच! मागे माझ्या माहेरचे येऊन राहायचे. विशेषत: समीर होता तेव्हा. म्हंजे माझा भाऊ होता. आता तो अमेरिकेत आहे. वडिलांना अशा सुट्या घेणंच अमान्य. तरीही ते तीन-चार वेळेला आले असतीलच.''

''कमाल आहे. मी असतो तर वीकएन्ड सोडला नसता.'' ते हसायला लागले, ''हे खोटं सांगतोय. मावशीकडे जमेल तेवढा येतोय. तिच्या भल्यामोठ्या हवेलीत एक दिवस राहतो. खूप चालतो. मग मुंबई. आजकाल मात्र प्रॅक्टिसमुळे जमत नाही. अहो बायकोलाही सुटी पाहिजे ना? शिवाय किती केलं तरी सासू.''

वृंदा हसायला लागली.

''आजी सासूसारख्या वागणं शक्यच नाही.''

सोनटक्के एकदम गंभीर झाले.

''स्वत:च्या मुलाच्या बायकोची सासू होऊ शकत नाहीये ती! आणि आधी आबासाहेबांची आई अन् काकू होत्या त्यावेळी मान वर करून बोललेली बघितली नाहीये कुणी! आणि नंतर तर काय? कलामावशी आल्या! सासूच दुसरी!''

वृंदाच्या मनात गोंधळ झाला.

मानसी उत्सुक झाली.

सोनटक्केंच्या ते लक्षात आलं. पण मूळचा मोकळाढाकळा आणि स्पष्ट

स्वभाव असल्याने अशा गोष्टीमुळे दबणारे ते नव्हते. नाश्ता संपला. तोपर्यंत एकीकडे त्यांनी मानसीला बोलतं ठेवलं. तेवढ्यात नेहा आली.

ओळखी झाल्या.

मानसीबरोबर तिच्या वयाची मैत्रीण पाहून त्यांनी समाधान दाखवलं. सारख्या वयाच्या लोकांमध्ये संवाद राहतो आणि रोग्याला हे मानसिकदृष्ट्या फायद्याचं राहातं वगैरे ते सांगत गेले.

''तुम्ही मनोविकारतज्ज्ञ व्हायला पाहिजे होतं.'' नेहा हसत म्हणाली.

तेही हसले.

''ही मुलगी मला काका वगैरे म्हणत नाहीये. मित्रत्व दाखवतेय म्हणजे मला भरपूर वाव आहे.'' असं म्हणत ते उठले.

वृंदा, नेहा उठल्या.

मानसी खुर्चीतच होती. इतक्या संभाषणानंतरही काहीशी विचारात आणि उदास.

''चला ताई, तुम्ही मानसीला घेऊन चला मावशीकडे, जवळ तर आहे. मी गाडी पुढे पाठवतो. आपण चालत चालत जाऊ.''

वृंदा घोटाळून म्हणाली, ''अजून आवरायचंय सगळं. शिवाय मनू इतकं कसं चालेल? अंगण, बाग इतकंच चालतेय ती.''

''छे हो! चालेल ती. एक डॉक्टर बरोबर असताना काय भिता? होऊन होऊन काय होईल? दमेल ती! गाडी फार तर मधल्या टप्प्यावर थांबवून ठेवू. ड्रायव्हरला सांगतो मी. पण सकाळी मस्त वाटतं चालायला. काय मानसी?''

खरं तर मानसीला आत्मविश्वास नव्हताच. पण डॉक्टर असतील तर धाडस करायला काय हरकत आहे, या विचाराने ती हो म्हणाली.

''चला तर मग.''

''आवरते थोडंसं. तुम्हाला उशीर होईल का? की पुढे जाता तुम्ही?'' वृंदाने विचारले.

''छे छे, पेशंटला सोडून कसं जाता येईल? तुम्ही फक्त टिपिकल बायकी वेळ घेऊ नका. जेट एज मधल्या सुपरफास्ट मुलीसारखं आवरा.'' मानसीच्या बाहेर पडण्याच्या अन् नॉर्मल्सीकडे जाण्याच्या कल्पनेने वृंदालाही चांगले वाटले. एरवी असं काही करणं तिला धाडसाचं वाटलं असतं.

मानसी आली. डॉक्टर तिच्याकडे पाहात होते.

''आज दीड महिन्यांनंतर मी नॉर्मल ड्रेस घातलाय. पेशंटचे कपडे घालून घालून मी कंटाळून गेले होते. आज एकदम माणसांत आल्यासारखं वाटतंय. तुम्हाला कल्पना नाही यायची. आपण प्रवाहाबाहेर फेकल्यासारखे होतो आजारात. कधी कधी

वाटायचं पुन्हा आपण नेहमीसारखं जगू की नाही? कपड्यांचा बदलसुद्धा केवढा दिलासा देणारा असू शकतो, हे आज जाणवलं मला! पलंग, शरीर, कपडे, औषधं, खोली हे मिश्रण एक वातरवरण तयार करीत असतं. एकसंध. ते मनात घट्ट होतं बहुधा. त्यातून आपण बाहेर पडणारच नाही, अशी मानसिकता तयार होते. गंमत म्हणजे मी हे वातावरण मान्य करून टाकलं असावं. आज पंजाबी ड्रेस घातला तेव्हा मला ती मान्यता तीव्रतेनं जाणवली. नाहीतर सारखी नॉर्मल होण्याची रस्सीखेच अनुभवून मी तो नाद सोडून दिला असावा. एक साधा कपड्यांतला बदलही देखील केवढी मोठी बाब आहे. तुम्हाला कळायचं नाही. थँक्स डॉक्टर, थँक्स!''

बोलता बोलता ती रडू लागली. डॉक्टर उठले. त्यांनी मायेने तिच्या डोक्यावरून हात फिरवला. ''अरे, रडायचं कशाला? चांगलं वाटतंय तर हसायला पाहिजे. हो, पण काठी द्या.''

राधा धावली. काठी आणली.

''या काठीला खाली चार 'उपपाद' आहेत. हिच्यावर व्यवस्थित जोर टाकून चालायचं. मी आहेच. तुम्ही चला, नेहाबाई.''

कॉलनीतला आतला रस्ता तसा सुनसान होता. चौघे निघाले.

हळूहळू. मानसीच्या गतीने.

डॉक्टरांनी वृंदाला पेशंटला आधार देऊ नका अशी खूण केली.

गप्पा चालू राहिल्या.

''इथे आल्यावर काय करता तुम्ही?'' नेहाने वृंदाला विचारले.

''एरवी फारसं राहणं होतच नाही. थोडे दिवस बदल बरा वाटतो. सध्या मनू आहे म्हणून बरं, नाहीतर इथल्या एकांतानं वेड लागायचं.''

''अहो, एकांत मिळावा म्हणून लोक धडपडतात. एकांताचं एक संगीत असतं, एक संवाद असतो. आपला आपल्याशी. जर एकांताशी असा संवाद जुळला, तर आपल्या कितीतरी प्रश्नांची उकल होते. शंकाचं निरसन होतं. ताण कमी होतो. इथे डोंगरावर जावं. शेतातून चालावं. पण एकटं! म्हंजे मला आवडतं.''

''मला मित्रमैत्रिणींबरोबर आवडेल.'' मानसी म्हणाली.

''तुमचं वयच आहे. तोही एक संवादच आहे. तारुण्याचं गीत आहे. निसर्गाच्या संगतीत ते फुलतं.'' डॉक्टर म्हणाले.

''तुम्ही कविता करता?'' वृंदाने विचारले.

''इथल्या वातावरणाचा परिणाम असेल किंवा दोन तरुण श्रोते मिळाल्याचा परिणाम! आम्ही कॉलेजात होतो तेव्हा यायचो. तुम्ही यायच्या?''

वृंदाने नकारार्थी मान हलवली. म्हणाली, ''कधीतरी आलो असू. बहुधा शाळेच्या ट्रिप बरोबरच. तिकडे एकवीरा देवीला घेऊन गेले होते आम्हाला. चालून

चालून दमलो. चालताना खालीच जास्त पाहावं लागतं. कसचा निसर्ग नि कसचं काय! डबे खायला कधी मिळतील असं झालेलं. हे घर घेतल्यापासून मात्र जास्त एन्जॉय करतोय लोणावळा.''

''अशा जागांवर खूप लोक हवेत. मग करमतं. एकट्यादुकट्याला इथे कसं करमत असेल कोण जाणे? अन् वृंदाताई, राधा, लिंबाजी आहेत म्हणून करमतं मला. तुमच्या मावशीच्या एवढ्या मोठ्या हवेलीत कसं करमत असेल हो त्यांना?'' नेहाने विचारले.

''मला आठवतं, लहानपणी आम्ही यायचो, म्हणजे माझ्या आईबरोबर. तेव्हा खूप मोठा बारदाना असायचा यांचा. शेती होती. त्यात भातशेतीही होती आणि तळेगावकडे देखील बागायत शेती होती. काही साधी शेती होती. माणसांची ये-जा राहायची. वर्दळ असायची. मुख्य म्हणजे जहागीरदार म्हणून यांच्याकडे काही उत्सव, सणवार असायचे. त्यावेळी आजूबाजूच्या गावांतली मंडळी यायची. मी अगदी लहान असताना आलो होतो तेव्हा त्यांच्या मोठ्या दिवाणखान्यात न्यायनिवाड्याला माणसं आलेली मी बघितली आहेत. आता हवेलीचा तो भाग पडलाय वाटतं.''

नेहाच्या चेहऱ्यावरचा अविश्वास त्यांनी पाहिला. ''कल्पनेतली गोष्ट नाहीये ती. फार जुनीही नाही. तशी तीस-पस्तीस वर्षांपूर्वीची असेल. अर्थात आबासाहेबांच्या वडिलांच्या काळात या प्रथा जोरदार चालत असतील. यांच्या काळात उताराला लागल्या, पण अजून काही शिल्लक असेलच.''

वृंदाने मान हलवली.

''आता जवळजवळ सगळंच संपलंय. आबासाहेबांपाठी हे सगळं कोण करणार, असंही असेल. मागे एकदा नवरात्रात आम्ही आलो होतो, तेव्हा मोठा यज्ञ वगैरे झाला होता. आम्हाला मुद्दाम बोलावलेलं होतं. अंगभर दागिने घातले होते तेव्हा जहागीरदारीणबाईंनी आणि वीतभर जरीच्या काठाचं लुगडं होतं कलाबाईंच्या अंगावर! माझ्या पाहण्यात इतकी सुंदर बाई नव्हती.''

''फार सुंदर असतील त्या आधी. तुम्ही तर पाहिलंच असेल ना? किती वय असेल हो त्यांचं?'' मानसीने विचारले. सोनटक्केंना उत्तर द्यावं की नाही असं वाटलं असावे. ते बाजूच्या गवतातले तुरे तोडू लागले.

कोणी काही बोलले नाही.

थोडा वेळ चालल्यावर वृंदाला बाजूला दगडाची बसकी भिंत दिसली. पडकी. तिचे काही मोठे दगड खाली पडलेले होते.

''मनू, दमलीस का?''

मानसी नाही म्हणाली तरी तिचे समाधान झाले नाही.

''डॉक्टर, बसायचं का थोडं? मनूला एकदम एवढं चालवलं तर त्रास होईल.''

"त्रास नाही होणार. पण बसायला हरकत नाही. आपण सगळेच बसू."

प्रत्येकजण बसायला आपल्या सोयीचा दगड शोधू लागला. वृंदाने मानसीला एका थोडा पसरट बेताच्या उंचीचा दगड शोधून बसवले.

"तहान लागलीय?" तिने विचारले.

"ताईने मला लहानाहून लहान केलंय, डॉक्टर." मानसी हसून म्हणाली. "आय ॲम फाईन, रीअली!"

पुन्हा गप्पा सुरू झाल्या.

"ह्या भागात गोठा होता मोठा. दुभत्या गाई बांधायचे इथे."

"पण तीस वर्षांत एवढी वाताहत झाली मग?" वृंदाने विचारले. "ह्यांना मुलाशिवाय नातेवाईक असतील ना? ते कोणी येत नाहीत! ह्यांच्याकडे येताना कुणी दिसत नाही. एखादा चुलत-मामे-मावस भाऊ-बहीण वगैरे तरी?"

सोनटक्क्यांनी दूर डोंगराकडे डोळे लावले. तिकडेच पाहात ते बोलत राहिले. "शेतीला कुळं लागली. त्यांनी कोर्टात दावे दिले. कितीतरी शेती गेली. होती त्या शेतीत पैसा गुंतविण्यापेक्षा कारखानदारीत पैसा गुंतवावा म्हणून आबासाहेबांनी शेती विकून शेअर्समध्ये पैसा अडकवला. पण त्या क्षेत्राची त्यांना अजिबात माहिती नव्हती, त्यामुळे मोठा आर्थिक फटका बसला. जमेची बाजू म्हणजे मुलगा शिकला. पण तो मुंबईला अन् नंतर देशाबाहेर."

"पण नातेवाईक?" वृंदाने विचारले.

त्यांनी मोठा सुस्कारा सोडला.

"सांगावं की नाही असा हा भाग आहे. विशेषतः या मुलींसमोर! पण ठीक आहे. या तशा पुरेशा समजदार आहेत म्हणून सांगतो. जेव्हा यांच्या आर्थिक उलाढाली उलटल्या नव्हत्या त्याकाळी कलामावशी यांच्या घरी आल्या. यांच्या बऱ्याच लांबच्या नात्यातल्या आहेत त्या. कुणा राजघराण्यात दिलेल्या बहिणीची ही मुलगी खेड्यातल्या जहागिरीवर वाढली. पण आई-वडील गेले. पैसा असेल तोवर तिच्या मामानं सांभाळलं. आता म्हणायलाच राजघराणी. त्यांच्या अंगावर चिरे चाललेले कपडे असतात. गरिबीपेक्षा ही श्रीमंत गरिबी वाईट! सगळा पोकळ वासा. ह्या मुलीचं लग्न भोपाळच्या एका श्रीमंत माणसाशी झालं होतं. वयात अंतर फार. त्याकाळी कुठे पाहायचे एवढं? त्यात श्रीमंती पाहून मुलगी दिलेली. जाऊ द्या–" डॉक्टरांनी एकदम विषय थांबवला. समोरून माळीणबाई येत होत्या. त्यांच्या हातात पाण्याचे भांडे होते.

सगळेच त्यांच्या दिशेला पाहायला लागले.

"काय माळीणबाई, बरं आहे ना?"

"हां, ठीक आहे मनायचं. पानी आनलंय, बाईसाहेब ऐकेचना. गाडी येऊन

थांबली. तुमी चालत येताय मनला डायवर. मागंच लागल्या तवा हे पानी घेऊन आले.''

''फार तकतक करते मावशी.''

''तर हो! कुडी पलंगावर पडलीया. हल्लक झालेय जीव तेंचा. पन जीव लागतो अजून. त्यांतून तुमी मंजी माहेर कडलं मानूस.''

''कलामावशी आहेत ना?'' वृंदाने विचारले.

डॉक्टरांकडून आतापर्यंत ऐकलेल्या माहितीमुळे त्यांच्याविषयी मनात सहानुभूती तयार झाली होती. माळीणबाई चेहऱ्यावरचा तिटकारा लपवू शकल्या नाहीत.

''हायेत ना. त्या कुठं जात्यात? हाडं थकली या नवरा-बायकूची! पन त्या काई हालत नाहीत इथून.''

''जाऊ द्या माळीणबाई, त्यांचं कोण आहे? इतकी वर्षं इथं आहेत–''

डॉक्टरांचं म्हणणं तोडत त्या म्हणाल्या, ''का नाई? आता नवत्या गेल्या का भावाकडं? बाईसायबांच्यानं काई होत नाही. त्येनी किती करावं?''

''बरं अहे ना मग! कलामावशीची मदत होत असेल त्यांना.'' वृंदा म्हणाली.

नेहा, मानसी माळीणबाईच्या चेहऱ्याकडे पाहात होत्या. त्या आल्यामुळे डॉक्टर सांगत होते ती हकिकत अर्धी राहिली होती.

''कश्शाची मदत? रानीवानी ऱ्हात्याती. बाईसाहेबच करायच्या तेंचं. ह्या उगं आपलं समुर पुरुष मानुस दिसलं की उठायच्या कामाला. सैंपाकात तर काडीची मदत नाय. आता बाईसाहेब पडल्यात हतरूनात. तर लाज सोडून म्याच चपात्या करतीय. काय करावं? म्हाताऱ्याचं कोन करनार? आपुन मीठ खाल्लं इतके दीस. मिठाला जागावं. धडधाकट होत्या तवा बाईसायबांनी सोताच्या हातानं खाऊपिऊ घातलं हो! माउली हतरूनाला लागली बगा, तुमीच उभं करा डाक्तर त्येनला.''

''करतो, करतो.'' म्हणत डॉक्टरांनी पाणी घेतलं. माळीण रिकामी भांडी घेऊन उठली.

''उठा आता. ही आजारी पोर आनलीत. ऊन वाढेल आता. चटकाया लागलं तर तरास हुईन तिला. निगा तिकडं. सायबबी थांबलेत तुमासाठी.''

तिच्या पाठमोऱ्या आकृतीकडे पाहात नेहा म्हणाली, ''माळीणबाईला फार राग आहे कलामावशीचा, नाही?''

''तुम्ही सांगता सांगता थांबला डॉक्टर.'' वृंदा म्हणाली.

''काही नाही. श्रीमंत म्हाताऱ्याला मुलगी दिली. तीही दुसोट्यावर. ते वारले. एक मुलगा होता. त्याच्या आजोळच्यांनी जोर धरला, कलामावशीला बाहेर काढलं. त्या काळात कोर्टकचेऱ्या होत्या, तरी बायका कुठं जायच्या कोर्टदरबारी? मामांनी इथं आणून घातलं. तेव्हापासून इथंच! फार देखणी बाई. सगळ्या पंचक्रोशीत यांच्या

सौंदर्याचे किस्से पसरले. आधी काही नसेलही. आबासाहेबांनी तिच्या मुलाविरुद्ध कोर्टात केसेस टाकल्या. इस्टेटीत हिश्श्यासाठी केसेस टाकल्या. त्यासाठी कलामावशीला भोपाळला घेऊन जाणं-आणणं सुरू झालं. कधीतरी त्यांचं जमलं असावं. आधी आधी कलामावशीसाठी साहेबांनी मुलंही पाहिली म्हणतात. मग कधीतरी हे सगळं थांबलं. माझ्या मावशीला आधी तर काही कळलं नाही. भोळीभाबडी, घराच्या चौकटीत राहणारी बाई. जगाचा वारा माहीत नाही. चौदाव्या वर्षी लग्न झालेलं. नवरा हेच दैवत, तिचा ठाम विश्वास त्यांच्यावर. पूर्वीच्या बायका अशाच होत्या. लग्न होऊन नवऱ्याच्या घरी आल्या की ताटीवरच घराच्या बाहेर पडणाऱ्या! बिचारीला शंकासुद्धा आली नाही.

"जाऊ द्या. आयुष्य गेलंय त्यांचं. मला माहिती नाही. मी तुम्हाला हे सगळं का सांगतोय ते! इतके दिवस कुणाशीही या विषयावर बोललो नाही मी. आपल्याला तरी खरं कुठं माहीत आहे? आधीचा कलामावशीचा इतिहास तर ऐकीव होता. पण इतकी सुंदर बाई की भलेभले गोंडा घोळायचे. त्या काळात अनेकांनी त्यांचं मन मिळवायचा प्रयत्न केला असेल." मानसी तिथे असल्याचं भान येऊन ते पुढे म्हणाले, "चलता है! जगरहाटी आहे."

"तुम्हाला कसं माहिती? की ऐकीव–"

"माहिती आहे. कारण माझ्या मावशीने कलाला मावशी म्हणायला भाग पाडलं आम्हां पोरांना. आधी त्यांना आत्या म्हणायचो आम्ही. बाकी सगळे कला म्हणायचे. ज्या दिवशी हे झालं त्या दिवशी माझ्या आईचं अन् मावशीचं जवळजवळ भांडण झालं. तिनं फार धुसफुस केली. आम्ही मोठे झाल्यावर तर कलामावशीच्या नावानं खडे फोडायची ती. अशा गोष्टी फोडून सांगायची गरज नसते." तिघींनाही कलाबाईबद्दल एक उत्सुकता होती. वृंदाला कळत होतं की राधाच्या म्हणण्यात तथ्य होतं.

"आम्ही ऐकलं होतं. म्हंजे राधा सांगत होती. त्यांच्या घरात फार दबदबा आहे म्हणे. त्यांच्या आणि आबासाहेबांच्याबद्दल–" वृंदा चाचरत म्हणाली.

"हाही भाग इकडे सगळ्यांना माहीत आहे. अहो, इतकी रूपवान बाई झाकून थोडीच ठेवता येईल? पण कुणी नाही म्हणून ती इथे जी टेकली ती टेकलीच."

"त्यांच्या केसेसचं पुढं काय झालं?"

"ती एक गंमतच आहे. एकदा भोपाळहून त्या सावत्र मुलाकडून ह्यांना नेण्यासाठी म्हणून आले होते म्हणतात. पण उघडच आहे की आबासाहेबांनी पाठवलं नाही. आमची मावशीसुद्धा हिला पाठवून द्या म्हणून हट्टच धरून बसली होती. पण आबासाहेबांनी तिच्या श्रीमुखात दिली आणि मग पुढचा भाग आपोआपच निश्चित झाला. मावशीलाही तोवर जो संशय होता त्याबद्दलची खात्री झाली. आपल्यासारखा बाहेरचा माणूस प्रकरणावर पडदा पडला असं म्हणेल, पण खरं तर

तिथून सुरुवात असते. रेस्ट इज हिस्टरी म्हणणं सोपं आहे, पण प्रत्यक्षात अवघड आहे.''

''तुम्हाला खूप माहिती आहे. इतक्या गोष्टी–'' वृंदा अडखळली.

''पुरुषाला माहीत नसतात असंच ना? एक माझी आई आणि दुसरा माझा व्यवसाय याला कारणीभूत. आई माझ्याकडेच असते. तिचा उत्तम श्रोता मीच. वडील मागेच गेले. तिला जवळची बहीण काय तर हीच. बाकीच्या लांब आहेत. आणि मी डॉक्टर झाल्यापासून आबासाहेब हक्कानं आजारपणात सल्ला घेतात. किंवा बोलावतात. पराग परदेशात गेल्यापासून त्यांच्या तब्येती माझ्याकडेच सुपूर्द आहेत. त्यांना उपचार करणं असो की हॉस्पिटलायझेशन असो, मीच पाहतो.''

''मला आजीबाईचं कौतुक वाटतं. काय वाटलं असेल त्यांना? त्या स्वत: किती छान आहेत दिसायला! सोज्ज्वळ बाई. त्यांना पाहिलं की देवघरातल्या दिव्याची आठवण येते. बोलायलाही सौम्य. आम्ही पहिल्यांदा त्यांच्याकडे गेलो तेव्हा मी इतकी इंप्रेस झाले होते की विचारू नका. मग चहा घेऊन कलाबाई आल्या. 'वाऊ' मी एकदम दचकल्यासारखी झाल्याचं मला आठवतंय. बाईनंसुद्धा बघत राहावं असं रूप.'' वृंदा म्हणाली.

''फार त्रास झाला मावशीला माझ्या. आश्रित म्हणून आलेल्या मुलीनं घर घालवलं तिचं.'' डॉक्टर म्हणाले.

''पण त्या दोघींत शत्रुत्व जाणवत नाही. जहागीरदारीण बाईच मालकिणीसारखं बोलत होत्या. कलाबाई आमच्यापुढे तर बसल्या सुद्धा नाहीत.'' वृंदा म्हणाली.

''आतासुद्धा त्या घराबद्दल काळजी करताना दिसतात अन् कलाबाई म्हणजे हे असं काही असेलसं वाटत नाही.'' मानसी म्हणाली. मग आपण मध्येच असं काही बोलायला नको होतं असं वाटून तिनं अपराधीपणानं वृंदाकडे पाहिलं.

''चला उठा मानसीताई, इथंच दुपार व्हायची. आपल्याला गप्पा गोड–'' म्हणत डॉक्टर उठले.

ते सर्व पोहोचले तोवर आबासाहेबांना वर्दी गेलीच असणार. कारण ते स्वत: घाईनं दारात आले.

''या या डॉक्टरसाहेब. आज चांगला दिवस दिसतोय. अहो, ही सकाळपासून तुमची वाट पाहातेय.'' मागे उभ्या तिघींकडे पाहून ते हसले. आणि वृंदाकडे पाहून हात जोडून त्यांनी नमस्कार केला. तिघींनाही संकोचल्यासारखं झालं.

''तुमच्याकडे आम्ही अचानक येतो आहोत. आधी कळवलं नाही. डॉक्टर म्हणाले चला, आम्ही निघालो.'' वृंदा म्हणाली.

''ठीक आहे. ठीक आहे. डॉक्टर आमच्या परागसारखा आहे. संकोच करू नका.''

ते आत आले.

वृंदा पूर्वी बाहेरच्या दिवाणखान्यात आली होती, पण ते प्लॉट खरेदी करण्याच्या निमित्ताने. घराकडे तिने नीट लक्ष देऊन पाहिलेलं नव्हतं. त्या दिवाणखान्याच्या भव्यतेनं ती दबून गेली.

दिवाणखान्याच्या आतल्या भागाचे दोन भाग होते. डाव्या बाजूला मोठा आधुनिक सोफासेट, टेबल, टी-पॉय, भिंतीशी एक कपाट. त्यावर खूप मोठा फ्लॉवरपॉट. दुसऱ्या भागात दोन दिवाण, खाली एक मोठी मसनदीसारखी गादी, लोड.

घरातलं सगळं लाकडी फर्निचर महोगनीचं. तांबड्या झाकेचा काळा रंग. त्यामुळे एक प्रकारची उदासी. मसनदीवर मात्र पांढरी शुभ्र चादर, किंचित मळलेले लोड. समोर जाणाऱ्या रुंद पॅसेजच्या दोन्ही बाजूंना दोन दगडी हत्ती. कोरीव काम केलेले. बहुधा दक्षिणेतून आणलेले. लक्ष जाईल अशी त्यांच्या गळ्यातली मोकळी घंटामाळ. आतल्या घरातलं काही दिसणार नाही अशी सगळी बांधणूक.

वृंदा आधी आली होती तेव्हा फक्त दिवाणखान्यातच आलेली. तिथे फारसा बदल नव्हता. तिन्ही भिंतींवर चांगली मोठाली आठ बाय सहाची पेंटिंग्ज. कपाटावर लहान लहान वस्तू. चंदनी, हस्तिदंती, अगदी चांदीच्या सुद्धा!

आणि नव्या पद्धतीचं स्वित्झर्लंडचं ककुक्लॉक. तशीच आयफेल टॉवरची प्रतिकृती टी-पॉयवर आणि विमान. त्यात घड्याळ.

एका कोपऱ्यात एक मेक्सिकन जोडपं. पॉटरीत चिनीमातीचाच एक कोळी. काळा, उंचापुरा, जाळं पाठीवर घेतलेला. वृंदाच्या डोळ्यांनी भरभर सर्व गोष्टींची नोंद घेतली.

झोपाळ्याच्या बाजूला खाली एक जुना पण महाग काश्मिरी गालिचा. सोफ्याचं कोरीव काम, कपाट, टेबल, टी-पॉयचं कोरीव काम एकाच प्रकारचं, एकसारखं. मोठाल्या खिडक्या आणि मागच्या दोन्ही बाजूला जाणारे पॅसेजेस. तिथे रोझवूडची पार्टिशन्स. त्यावरही नक्षीकाम अन् त्यावर पितळेच्या पत्र्याचा कलात्मक वापर करून ते नक्षीकामात जडवलेलं. त्या जाळीतून दोन्ही बाजूंना प्रशस्त सीट आउट्स. वैभवाच्या सगळ्या खुणा.

थोड्याशा धुळीनं झाकलेल्या एवढंच.

''तुम्हा तिघांना केवढं मोठं होत असेल हे घर! पण किती छान ठेवलंय! तीन-चार कुटुंबं गुडुप होऊन जातील एवढ्या जागेत.'' वृंदा न राहवून म्हणाली. आबासाहेबांचं लक्ष तिच्या बोलण्याकडे फारसं नव्हतं. ते पायऱ्यांकडे पाहात होते. नेहाने मानसीला हळूहळू पायऱ्या चढवून आणले.

''अरे, हिलाच बरं नाहीये ना? सावकाश या. आता इतपत चालवतं का? मला

ओळखायला आलं नाही बरं का, नाहीतर कुणालातरी मदतीला पाठवलं असतं.'' आबासाहेब म्हणाले.

''कला-कला'' ते हाक मारू लागले.

कलाबाई घाईने आल्या.

''काय झालं?'' आलेल्या पाहुण्यांकडे पाहात त्या म्हणाल्या.

''ह्यांना आत घेऊन जा.''

''कशाला कशाला'' करीत सगळे आत आले.

''मावशी कशी आहे?'' सोनटक्केंनी विचारले.

''ठीकच म्हणायची. आत आहे. बाहेर येत होती. मीच तिला म्हणालो की, एकदा डॉक्टरांना तपासू दे. मग ये बाहेर. चालताना चांगलाच त्रास होतो तिला.''

''पण चाललं पाहिजेच. सांधे आखडतील नाहीतर! पायही थोडा मोकळा व्हायला पाहिजे. स्नायू आखडतात. त्यांची कामाची सवय जाते.'' डॉक्टर म्हणाले.

''बसा जरा. तुम्ही उभे, त्यामुळे याही उभ्याच आहेत. पाणी वगैरे घ्या. मग बघा तिला.''

''नको, नको. तिला आधी भेटतो.'' म्हणत ते आत निघाले, पाठोपाठ कलाबाई.

''मी आत गेले तर चालेल का?'' वृंदा पुटपुटल्यासारखं म्हणाली.

''हो तर. घरच्याच आहात तुम्ही. त्यात काय विचारायचंय?'' आबासाहेब म्हणाले.

''पूर्वी बायका समोरच्या दारांतून यायच्याच नाहीत. आणि आल्यावर खालमानेनं दिवाणखान्यात बसलेल्या पुरुषांकडे न पाहता संकोचून त्यांना टाळत माजघरात जायच्या. हो की नाही हो आबासाहेब? मी यांच्याच घरी पाहिलंय ते.'' डॉक्टर विनोदाने म्हणाले.

''हो. हो. होतं खरं तसं!'' आबासाहेब हसून पुटपुटले. ''गेले ते दिवस. आता जमाना वेगळा आलाय.''

''त्याही वेळी आजूबाजूला आतासारखंच असणार. पण तुमच्या हवेलीचे नियम वेगळे होते.'' डॉक्टरांच्या या बोलण्यावर त्यांनी पुन्हा मान डोलावली.

''तुमच्याशी याबद्दल पुन्हा वाद नको.'' आबासाहेबांचा स्वर थोडा तुटक झाला.

तो स्वर जाणून घ्यायला डॉक्टर उभे नव्हतेच.

मधला कॉरिडॉर ओलांडून ते उजवीकडे वळले. पाठोपाठ या दोघी. मग कलाबाई घाईने पुढे होऊन आत गेल्या. एक भलीमोठी झोपायची खोली. त्यात इटालियन पद्धतीचा लाकडी मोठा डबलबेड. नजरेत भरणारा. आणि एक लांब रुंद खिडकी. नजरेत भरणारी.

तेवढ्या खिडकीतून खरं तर खोलीभर प्रकाश पसरायचा. पण खोली अंधारलेली वाटत होती. पडदे जुने, रंग फिकटून गेलेले. आत पलंगाला मॅचिंग असा मोठा वॉर्डरोब. पाश्चात्त्य धर्तीचे टी-पॉईज आणि जुनी नक्षीदार रेलून बसता येईल अशी एका बाजूनं उंच गादी. बसक्या पलंगासारखी. जुन्या राजे-रजवाड्यांकडे असेल अशी. तिच्यावर गुलाबी आणि सोनेरी फुलांच्या डिझाईनचा रेशीम कपडा ताणून बसवलेला. त्या एका फर्निचरमुळे सगळ्या खोलीचा बाज एकदम राजेशाही झालेला. भल्यामोठ्या बेडच्या एका बाजूला आजी झोपलेल्या होत्या. एखादे मूल असावे तेवढ्या दिसत होत्या. बाजूला रेशमी रजई. अस्ताव्यस्त. त्यांनी नुकतीच सरकवलेली.

डॉक्टर येताच त्यांनी घाईने हालचाल केली.

कलाबाईंनी दोन उशा पाठीशी लावून त्यांना बसवण्याचा प्रयत्न केला. त्यांच्या चेहऱ्यावर नापसंतीची आठी आली.

“नानू, किती वाट पाहातेय तुझी. अगदी भेटेनासा झालास.”

“बरं वाटत नसणार. त्याशिवाय तुला माझी आठवण येणार नाही.” डॉ. सोनटक्के पुढे झाले. आजींच्या पायाशी वाकले.

“बरंय रे. थोडा दुखावा आणि थोडं म्हातारपण! तुला भेटलं की छान वाटतं. नाहीतर मोठ्ठा आजार झाल्यासारखं वाटत राहातं.” त्या हसल्या.

“हो ना. बरं झालं तुम्ही आला. धोशा लावला होता बाईंनी. शेवटी ह्यांनी फोन केला तुम्हाला. आता नीट तपासा. अगदी चालतं करा. घराची कळा जाते बाई आजारी असतात तेव्हा. अन्न गोड लागत नाही आम्हाला. कंटाळून जातात त्या. कपडे बदलायला नको म्हणतात. दिवसभर पडून राहतात. बळेनंच उठून आवरून देते मी. अगदी स्वत:कडे लक्ष नाही. तेच हाल जेवणाचे. एक पोळी नीट खात नाहीत.”

कलाबाईंच्या बोलण्याच्या माराने वृंदा अवाक झाली. आपल्या गोऱ्या हडकुळ्या पंजाने आजींनी तिला थांबवले. “माझ्याबद्दल मी बोलू का ग माय?” त्या मंद हसून म्हणाल्या. हसताना त्यांच्या ओठाचा कोपरा दुमडला. त्यातून नाराजीची रेषा स्पष्ट झाली.

“आता कलाच आमचा हुकूमशहा रे नानू! ती म्हणेल ते ऐकावंच लागतं. एरवी माझ्या तंत्रानं घर चालायचं, निदान हवेली तरी. आता हिच्या पद्धतीनं चाललंय.” त्या म्हणाल्या.

“मला वाटलं हुकूमशहा आबासाहेब आहेत.” डॉक्टर म्हणाले.

“कोणे एकेकाळी एक होता राजा– तसं झालंय आता. आता सम्राज्ञी कला आहे. आता आबासाहेबांना हिचंच ऐकावं लागतंय. उठा म्हटलं की उठा. बसा म्हटलं की बसा.” आजीच्या विनोदाला खेदाची झालर होती. कडवटपणा होता.

''मावशी जाऊ दे. राज्यं गेली. राजे गेले. आपण साधी माणसं. उद्या तू ठीक झालीस की कलामावशीला पहिल्या जागेवर पाठवून दे. तुझ्या म्हणण्याबाहेर त्या जाणार नाहीत. का हो कलामावशी? मी म्हणतो ते खरं ना? हं. चला आता, पाय दाखव.'' डॉक्टर तपासू लागले. वृंदा लांब जाऊन खिडकीपाशी थांबली.

''कला, नानूला पाणी आण. ताईंना बसायला खुर्ची तरी दे.''

''तुम्ही आजारी आहात. आम्ही करतो सगळं. तुम्ही उगाच काळजी करीत राहता.'' कलाबाई मोठ्यांदा म्हणाल्या.

त्यांच्या आवाजात अधिकाराचा दर्प होता.

डॉक्टरांनी तपासता तपासता वर पाहिलं. मग आजीला म्हणाले, ''राहू दे ग. तू खूप केलंस सगळ्यांचं. आता स्वत:कडे बघ.''

''होते हात-पाय धड तेव्हा राबराब राबले. हिचंच काय कमी केलं?'' त्या पुटपुटल्या.

''धुसफुस करू नका. त्यांना पाणी आणते मी.'' कलाबाई फुत्कारल्या. मग वृंदाकडे पाहात गोड आवाजात म्हणाल्या, ''फार हट्टी स्वभाव आहे. मी निभले यांच्या हाताखाली. दुसरी एखादी पळून गेली असती.''

त्या गेल्या त्या दिशेला पाहात आजी म्हणाल्या, ''दुसरी एखादी पळून खरंच गेली असती. पण ही कसली जातेय? गोमाशीसारखी घट्ट चिकटून बसलेली. कमी का प्रयत्न केले ही जावी म्हणून! पण भुरळ पडलेल्या माणसासारखी स्थिती. आणि माझं नशीब–''

डॉक्टरांनी त्यांचा हात हातात घेतला.

''मावशी सोडून दे तू आता. किती वर्षं हाच घोळ? आपल्याला सहावं बोट असलं तर तोडतो का ते आपण? तसंच आहे हे.'' दोघांनाही वृंदाचं अस्तित्व जाणवले.

''किती वर्षं झाली तुझ्या लग्नाला?''

त्या कडू हसल्या. ''पन्नास सरली. आणखी कितीक आहेत देव जाणे. आम्ही इथं, पोर तिथं-येणार म्हणे तो.''

''पराग येतोय?''

आजीच्या चेहऱ्यावर थोडा ताजेपणा आला.

''येणार म्हणे एक-दोन आठवड्यांत. मागच्या बारी थोडा राहिला. आता कितीक दिवस येतोय की–''

दहा मिनिटांनी डॉक्टरांपाठोपाठ वॉकरला धरून जहागीरदारीणबाई आल्या. आजारी वाटावं अशा त्या दिसत असल्या तरी अंगावर जरीकाठी साडी चोपून नेसलेली. केस विंचरून घातलेला अंबाडा. त्यावर सोन्याचं फूल. थकलेला, पण

प्रसन्न चेहरा.

नेहा उभी राहिली. पुढे होऊन त्यांचा हात धरला.

"नेहमी वॉकर वापरताय?"

"तिलाही काठी सांगितलीय. ती वॉकर सोडायला तयारच नाहीये."

"टू बॅड, ऐकत नाही."

आजी मंद हसल्या. म्हणाल्या, "नानूला वाटतंय तसं. पण मला अजिबात आत्मविश्वास नाही. वॉकरवरचा हात काढायची भीती वाटते. वाटतं, पडीन पुन्हा. त्यापेक्षा हे बरं आहे. चालता येतंय ना? आधी तर मी पुन्हा चालेन असंच वाटलं नव्हतं."

"वा असं कसं? तू तुझ्या स्वत:साठीच मोकळं चाललं पाहिजेस." डॉक्टर म्हणाले.

"आणि आजोबांसाठीही." वृंदा म्हणाली,"त्यांना कोण सांभाळणार?"

"त्यांना सांभाळायला आहे ना–" त्या थांबल्या. पुढं म्हणाल्या, "पुष्कळजण आहेत." अन् त्यांनी आतल्या दाराकडे नजर टाकली.

सोनटक्क्यांनी विषय बदलला. मग म्हातारपणावर विषय गेला. मग पराग. मग दुसरे देश. मग जुना लोणावळा करीत करीत विषय आजींच्या पडण्यावर आला.

सगळेच बोलत होते.

थोड्या वेळात चहा-नाश्ता झाला.

नेहाचा मोबाईल वाजल्यावर गप्पा आवरत्या झाल्या. फोनसाठी नेहा बाहेर गेली. परत आली. मानसीचा उत्सुक चेहरा पाहात ती म्हणाली, "आई-पप्पांचा फोन होता."

परत पोहोचवायला डॉक्टरांनी गाडी दिली.

"पुन्हा या." आजी म्हणाल्या.

"मला जमेल यायला. पण परत जाताना चालवेल की नाही देव जाणे."

"माझी गाडी देईन ना!" आजोबा म्हणाले.

"वाऽऽ मग तर छानच होईल. तुमच्या गाडीत बसण्याची हिची फार जुनी इच्छा पूर्ण होईल." वृंदा म्हणाली.

"ठरलं तर मग. उद्यापासून या. सकाळी तुमचं चालणंही होईल."

"रोज कसचं जमतंय म्हणा." वृंदा म्हणाली.

"या हो." आजी आर्जवाने म्हणाल्या, "तुम्ही काय कायमच्या राहायला आलात? बघा, एकदा बाहेर पडली मनू तर किती लवकर बरी होईल. सकाळी नाही जमलं तर संध्याकाळी चार-पाचला या. पाहा बाई, आम्हा म्हाताऱ्यांबरोबर आवडत

नसेल तर राहू द्या.''

वृंदा गडबडली, ''नाही, नाही. तसं नाही. आम्ही येऊ आजी.''

परत येताच राधा म्हणाली, ''तुमच्या आईचा फोन होता, त्या उद्या येतील. त्येंच्या बरूबर मनुताईचा कुनी मित्र हाय म्हने.''

''मनोज असेल.'' मानसी उत्साहात म्हणाली, ''आई येतेय! आय ॲम सो हॅपी.''

''आणि रिलॅक्स्ड, तुझा चेहरा छान दिसतोय. अगदी पूर्वीसारखा.'' नेहा म्हणाली.

''हो, मला जाणवतंय की, मी खरोखर रिलॅक्स्ड आहे. ताणमुक्त. आजचा दिवस एकदम छान चाललाय. दुपारी लिंबाजीनं डोंगरपायथ्याशी राहणारी तीन-चार मुलं बोलावली आहेत. ती पोरं छान गाणी म्हणतात म्हणे. परवा दुपारी एक मुलगा मोठ्यांदा गाणं म्हणत होता म्हणून मी लिंबाजीला विचारलं होतं. पोराचा गळा खरंच छान होता.'' मानसी म्हणाली.

''मनू, तू थकशील बघ.''

''नाही ग ताई, मला खरोखर चांगलं वाटतंय, आजी-आजोबांना भेटल्यानं जरा जास्त. किती चांगले लोक आहेत ना! पण खूप थकलेले वाटले. इतक्या म्हातारपणी असं राहणं किती अवघड!''

''बराबर बोलल्या नेहाताई. सोपं नाई ते. भायरून कित्ती मदत असंल, पन घरात मदत पायजी ना! कदी, कदी नोकर मानसं नसत्येत. यवढं मोठ्ठं घर नकूच. म्या ह्या लोकायचं पाहून मनते की, एक खोली मोप झाली. हातापायांत जीव हाय तवर ठीक हाय. नायतं बगत बसा कलाबाईकडं.''

''तू आली मूळ पदावर राधा?''

''ना बाय.'' करत राधा आत गेली.

''आता आई आली की तिच्या हातचं कांद्याचं थालीपीठ खाणाराय मी आधी.'' मनू म्हणाली.

चारच्या सुमारास 'डोंगरपायथ्याची पोरं आली' असा निरोप लिंबाजीनं आणला.

बागेत लिंबाच्या झाडाखाली खुर्च्या टाकल्या. नेहा अन् मानसी येऊन बसल्या.

अकरा ते सोळा वयोगटांतली चार मुलं होती. मागे विशी-पंचविशीचे दोघेजण जरा अंतर ठेवून उभे होते. त्यांच्याकडे बघून मानसी म्हणाली, ''तू तर दोघं-तिघंच म्हणालास ना? हे–?''

''सगळे एकाच वाडीचे आहेत.''

त्याने खूण केली. मागचे दोघेही आले. सगळे स्टेजसमोर बसावेत तसे, पण उकिडवे बसले.

“यांना शहरी संस्कृतीचा मागमूस नाही.” नेहा पुटपुटली.

“इंग्रजीत बोल. त्यांना कळणार नाही, आपण काय बोलतोय ते.” मानसी पुटपुटली.

“कुठे राहता?” नेहाने मोठ्या माणसासारखी विचारपूस सुरू केली.

ते सगळेच दोन-अडीच किलोमीटरवरच्या भैरूबाच्या डोंगराजवळचे होते. आठ-दहा झोपड्यांची वाडी. दोन बांधलेली घरं. जनावरं. शेतीवर कामकाज. गाई, बैल आणि बकऱ्यांमागं राहणारी. अंगावर शर्ट-पायजमा. पँटसुद्धा. लहान पोरांच्या अर्ध्या चड्ड्या. त्यातून दिसणारे रापलेले काळे हात-पाय. तरतरीत चेहरे.

“गाणं कोण म्हणत होतं रे?”

यावर “ते सगळेच म्हणतात” हे उत्तर.

“काल– काल दुपारच्या वेळेला?”

“हा देवबा असंल.” एकजण म्हणाला.

देवबा लाजला.

“तुमची नावं तरी सांगा.”

“देवबा, उभ्या, छोट्या, वश्या, सुभानराव अन् राजेंद्र.”

राजेंद्र ह्या नावाच्या पोराकडे नेहाने उत्सुकतेने पाहिले.

“याचा भाऊ मुंबईत मोठा हापिसर हाय. बाप शाळामास्तर हुता.” लिंबाजीने माहिती पुरवली. “हाबी साळेत जातो. देवबा. देवबा, उभ्याला का बोलावलं म्हून आला?”

“बापरे! तुला काय वाटलं आम्ही काय मारणार की काय त्याला?” यावर बारा-तेरा वर्षांचं ते पोरगं म्हणालं.

“तुमी का माराल? त्यांनी तुमाला तरास दिला नाई. शिवाय तुमी आबासाहेबांच्या जवळची मानसं. तेच आसं करू द्यायचे नाईत.”

“बरं, बरं.” करीत त्या दोघींनी त्यातल्या दोघांना गायचा आग्रह केला.

गाणी सुरु झाली.

सुरुवातीला थोडी दबलेली मुलं नंतर सुटली.

“नुसती सिनेमातली गाणी नको. तुमची म्हणा. या भागात म्हटली जाणारी, नाहीतर आई म्हणत असे ती.”

गंमत म्हणजे तशी दोन-तीन गाणीही निघाली नाहीत. म्हटली त्या गाण्यांना सिनेमाच्या गाण्यांच्या चाली होत्या.

“आर्किटेक्चरसारखीच या गाण्यांचीही जुनी संस्कृती लोप पावलीय.”

“मला वाटतं, आता येणाऱ्या जागतिकीकरणामध्ये सगळ्या लोककला मरून जातील. शिवाय सिनेमाचा केवढा प्रभाव आहे बघ.” नेहा म्हणाली.

“मला उलटं वाटत होतं. जागतिकीकरणामुळं छोट्याछोट्या संस्कृती आणखी आवळून घेतील आणि घट्ट होतील. लोककलांचंही तसंच होईल.” मानसी.

“आता कशाला ऱ्हाईल काय? पूर्वीचं समदं चाललं. ही शाळेत जाणारी पोरं. शाळंत जातेत, शानं होतेत, वाचतेत, शिनेमे पाहतेत. यांना आपलं मागलं शिकाया येळच कुटंय? आन जुनं नको बी वाटतंय.” लिंबाजी न राहवून म्हणाला. “ह्यांच्यापरीस म्या गानी सांगतू. आमच्या टायमात हेंच्यापरीस बरं हुतं.”

मानसी हसली. मुलांना विचारलं, “सिनेमे पाहता का रे?”

मुलं सुटलीच.

सिनेमांची नावं. मग शाहरूख खान, ऐश्वर्या, करीना वगैरे नटनट्यांची नावं सुरू झाली. त्यांच्या सिनेमातल्या कामांचा आढावा सुरू झाला.

लिंबाजीने आतून चहा आणला. बिस्किटे आणली. चहात बुडवून मुलं बिस्किटं खाऊ लागली.

“सिनेमाचा मोठा इम्पॅक्ट आहे. किती प्रभावी साधन आहे!”

“पण आपण त्याचा उपयोग करून घेतला नाही.” नेहा म्हणाली, “पोरांनो, शाळेतली कविता पाठ आहे का रे ?”

एक-दोघांनी मान हलवली.

अर्धीमुर्धी कविता म्हटली.

“सिनेमा बरा पाठ होतो– इथे येतात का सिनेमे?” मानसीने विचारले.

“आता घ्या! मुंबई हिथून कितीक दूर हाये. सिनेमाचं लोण यायला कितीक येळ लागतू? आन मुंबई जवळ नसली तरी काय, आमचं गाव किती भलं दूर हाय– पर सिनेमा येतूच. पालं पडत्यात. आता त यक पत्र्याचं थेटरबी झालंय. पोरंटोरं, बाया टक लागल्यावानी बघतेत.”

“टीवी हाय ना?” पंचविशीतला पोरगा म्हणाला. आता सगळ्या गोष्टी सगळीकडे हायेत. खेडं कुटं खेड्यावानी हाय? आमची वाडीबी नाई. झोपडी मातर तशीच हाय. फार बदलली नाई. पर कामाचा पैसा वाढला. ऱ्हाती बदलली. आमी समदे स्टेशनावर जातु. नव वारं कळाया यळ लागत नाही.”

मानसी कुतूहलाने ऐकत होती. पाहात होती.

“लोणावळ्यातून मुंबई-पुणे वाहतूक आहे हे मी विसरलेच होते. मुली शिकतात का रे?”

“तर! जात्यात कवा, कवा नाय जात.” तो म्हणाला.

“का नाही जात?”

“घरी काम नगं कराया? साळाच शिकतील तर भाकरी कवा करून घालतील? शेतीच्या कामालाबी जायला लागतंच की. मोलमजुरी करनं लागतं.”

"तुझं शेत आहे?" नेहाने विचारले.

"छ्या! आम्ही समदे आबासायबाच्या शेतावर हाईत. मंजी वाडवडलांपासून इथंच हाय. आमच्या घरचे त्येंच्याकडेच हुते. आता काई काई शहरात काम करतेत. काई मुंबईला गेलेत. शेती पयल्यावानी नाई." तो म्हणाला.

"हे ऱ्हातात ती वाडी जागीरदाराची हाय. जमीन त्येची. यांनी घर बांधली. मंजी झोपड्या हाईत. काई मातीचीबी घरं हायेत पन जमीन त्येंची." लिंबाजीनं माहिती पुरवली.

"मग हवेलीत जात असाल तुमी नेहमी." मानसीने विचारले.

"नाई बा." छोटा पोरगा एकदम म्हणाला.

त्याच्या प्रतिक्रियेने दोघींनाही हसू आले.

"का नाही?"

"आबासाहेबांच्या बाईसाब लई कडक हायेत."

"काहीतरीच काय सांगतो? त्या तर किती प्रेमळ आहेत!"

"दुसरी बाईल–" ते पोरगं अर्धवट म्हणाले.

त्याचे वाक्य पुरे व्हायच्या आत त्या पंचविशीतल्या पोराने त्याच्या पाठीवर थाप मारली.

"तोंडाला येतंय ते बोलू नगंस." तो म्हणाला.

"म्या काय मनलो? त्येची दुसरी बायकू कडक नाई? तुमी वाडीवर समदे बोलता तेच तर म्या बोललो." ते पोरगं रडवेल्या आवाजात म्हणालं.

मानसी, नेहानं एकदम सहेतुक एकमेकींकडे पाहिलं.

लिंबाजी म्हणाला, "चला रे दोन-चार गाणी अजुक मना."

रडवेलं पोरगं फुरंगटलं.

मोठ्या दोन मुलांनी गाणी म्हणायला सुरुवात केली तशी पंचविशीतली पोरं उठली.

"येतो आमी." ते दोघींना म्हणाले. पोराकडे वळून म्हणाले, "काम संपलं की घरी जा रे. उगं टंगळमंगळ करीत बसू नका. आन जरा डोकं वापरा. उगं गप्पा नगं."

त्यांच्या आवाजातली जरब दोघींना जाणवली. लिंबाजी म्हणाला, "मी हाय. काळजी नगं. पोरं हाईत. कळत नाई. पर म्या घीन सांबाळून. तुमी जावा."

दोघांनी या दोघाना हात जोडून नमस्कार केला.

"एकदम फारच मोठ्या झालो आपण." नेहा खिदळली.

"आम्ही लहान आहोत." मानसी म्हणाली.

"तुमी मोठी मानसं. तुमी काई मना–" ते गेले.

नेहाने फुरंगटलेल्या पोराला खूण केली. तो आला तसं ती म्हणाली, "थोडी

मदत करतो का मला? मला ही झाडं कोणती आहेत ते कळत नाही.''

त्याला घेऊन ती बागेत फिरू लागली. कुठल्यातरी झाडापुढे उभी राहून बोलू लागली. पाठीमागे मुलांच्या गाण्याचे आवाज चालू होते. पंधरा मिनिटांनी ती म्हणाली, ''आबासायबांची दुसरी बायको आहे का रे?''

मुलगा साशंक झाला. तिच्या चेहऱ्याकडे पाहू लागला. आपला चेहरा सरळ साधा ठेवत तिने त्याच्याकडे पाहिले. पुन्हा एका झाडापाशी गेली. त्याची दोन पाने तोडली. सावकाशपणे हे सगळं केले. त्याची शंका फिटली असावी.

''हा.'' तो म्हणाला.

''त्या आजी तर आत्ता पडल्या होत्या. आजारी आहेत?'' तिनं तोच टोन ठेवला.

''नाई ना.'' तो म्हणाला. ''त्या नाई. त्या मोठ्या मालकीनबाई. ह्या आबासायबा बरूबर असत्यात. त्या उंच, गोऱ्या बाई हाईत. तुमी बगितलं नाई? त्या लई कडक हाईत. हवेलीच्या आसपास फिरकू देत नाईत. त्येंच्या मागल्या अंगणात आमच्यातला लक्षुमन गेल्ता. कैऱ्या उतरायला. दोन-चार कैऱ्या त्यानं कपड्याखाली लपविल्या हुत्या. तं लहान्या बाईनं फोकाखाली बडवला हुता. माही माय त्येंच्या घराला काम करती. ती मध्ये पडली तवा मामला मिटला.''

''तिनं सांगितलं घरी?''

''तिनंबी आन लक्षुमननंबी. त्यो माझ्या बाचा भाचा हाई. तिकडं ठान्यापलीकल्डा. तिकडं तांड्याजवळ गाव हाई तेच. माय मेली म्हून आमच्याकडं आलाय.''

नेहाला वाईट वाटलं. दोन्ही गोष्टींचं. त्याच्या भावाचं अन् आपण फसवून याच्याकडून माहिती काढतोय त्याचंही.

'काय करायचा हा उद्योग आपल्याला?' तिला वाटलं. पण कलाबाईचं रूप. त्यांचा रुबाब, ठसका सगळंच गूढ वाटलं.

ती बालविधवा. आईबापापाठी जहागीरदाराकडे आली. तिथंच राहिली. ना तिच्या आईकडचं तिला कुणी घेऊन गेलं ना बापाकडचं. ना तिच्या सासरकडचं. ना तिचं लग्न पुन्हा करावं असं कुणाला वाटलं. ना तिनं लग्न केलं. ना मूलबाळ. ना आबासाहेबांनी तिला जाऊ दिलं. ना तिचं लग्न लावलं. ना स्वत: तिच्याशी लग्न केलं. आपल्याला हे ना-ना चं गणित माहिती असताना आपण आपलं डोकं इथे का लावावं?

खरं तर चार ओळीत बाईची सगळी कथा सांगितल्यासारखं आहे. तरीही 'कहानीमें ट्विस्ट है' सारखं जाणवतंय. आता तर तसा पीळही नाही. या मुलानं सांगितलं तर वाडीवर ती आबासाहेबांची दुसरी बायको आहे याची चर्चा आहेच. तीही फार दबल्या आवाजात नाही. तसं असतं तर हे पोरगं भाबडेपणानं हे सांगून टाकतं ना! पण आपल्यालाच उत्सुकता आहे, हे सगळं कसं झालं असेल, याची. मोठ्या

आजीनं हे सगळं कसं भोगलं असेल, याची. आपल्याला जहागीरदार आजीची कणव का यावी? अन् आपली सहानुभूती त्यांना का मिळावी? कलामावशीला का मिळू नये?'

'दुसरेपण ही बाब आपल्याही दृष्टीनं अत्यंत महत्त्वाची आहे, असाच याचा अर्थ.

लग्न, लग्नाची बायको हे सामाजिक बंधन. हे सामाजिक समीकरण आपल्याही डोक्यात पक्कं बसलेलं आहे. अजाणतेपणी. नकळत. आपण त्या संकल्पनेचे गुलाम झालोत. म्हणून आजीबद्दल सहानुभूती आणि कलामावशीचा राग असेल आपल्या मनात.

रागही नाही तरी सहानुभूती अगदीच नाही. त्या सुंदर बाईच्या बाजूनं आपण अजिबात विचार करत नाहीये. आबासाहेबांसारखा मनुष्य-लग्न झालेला मनुष्य या बाईच्या प्रेमात पडतोच कसा? आणि लग्न झालेल्या आबासाहेबांजवळ ही बाई प्रेमपूर्वक राहतेच कशी?'

तिच्या मनातल्या पिळाबरोबर नेहा हातातल्या पानाचा देठ फिरवत होती.

'लग्न झालेल्या त्रिलोक बरोबर मानसीही– ?'

तिचा हात थांबला.

एकदम.

ती दचकल्यासारखी त्या पोराकडे पाहू लागली, जणू तो तिच्या मनातले सगळे विचार वाचत होता.

तो गप्प उभा होता.

"हे झाड टणटणीचं आहे." तो म्हणाला. त्या झाडाजवळ ती उभी होती.

"हां, हां." ती पुटपुटली.

"तुझी आई अजून काम करते हवेलीत?"

"आता रोज नाई जात. मोठ्या मालकीनबाई आजारी झाल्यावर तिला काल्ढं. ती बाईच्या हाताखाली हुती. पर मधूनच बलवितेत तवा जाती." तो म्हणाला.

"आमच्याकडं येईल?"

"कशाला?"

त्याचा प्रश्न रास्त होता. ती गडबडली. त्या प्रश्नाचं उत्तर तिच्याजवळ होतंही आणि नव्हतंही.

"काही नाही. सहज. वृंदाताईला म्हणजे या बंगल्याच्या मालकीणबाईंना कामाला बाई पाहिजे होती. तुझी आई कुठे काम करत नसेल तर पाठव."

"म्या सांगीन घरी."

"येईल ती?" नेहाला पक्कं उत्तर हवं होतं.

"म्या सांगन तिला. येती का नाय मला काय माहीत?"

"तू आण." नेहा मुद्दाम रेटत म्हणाली.

"सांगतो." म्हणत तो पुढे म्हणाला, "झाडं झाली सगळी? तुम्हाला डोंगरावरून लई नादर फुलं देईल आनून. लई घमघमाट चालतो तेंचा. फुलपाखरं अन् मधमाश्या झाडं सोडीत नाईत ते! लगी धुक्यावानी झाड दिसतं. माश्याच माश्या ऱ्हात्यात."

"चावत नाहीत?"

"त्या फुलामागं असत्यात. आपन रोकतो थोडंच त्येनला?"

तो हसला.

तीही हसली.

"जाऊ?"

"उद्या ये."

"परवाच्याला यतु. दोन दीस म्या येकनूरच्या बाजाराला जाईन."

ती परतल्यावर मानसी तिला म्हणाली, "काय करत होतीस ग?"

"अगं त्या मुलाला दरडावलं त्या मोठ्या पोरांनी. त्याला वाईट वाटू नये म्हणून गंमत केली."

"काय बोलत होतीस एवढं?"

"मला ही हवेली, त्यातली माणसं याबद्दल एक गूढ वाटतंय. झाडांच्या दाटीत, त्या अंधाऱ्या सावलीत, अंधाऱ्या हवेलीत खूप मोठी सत्यं दडलीयंत असं वाटतंय. त्या बंद हवेलीची किल्ली सापडतेय का पाहात होते."

"काय बोलतेयस? कशाची किल्ली? काय रहस्य? अजबच आहेस तू."

"रात्री सांगते तुला. यू विल बी इंटरेस्टेड."

"आताच सांग."

"रात्री."

"बरं, कशाबद्दल आहे?"

"सिक्रेट."

"कुणा माणसाबद्दल?"

"हं."

"सांग ना. शिष्ट, हलकट, सांग."

"कलामावशीबद्दल."

"काय?" करीत मानसीने डोळे मोठे केले.

गाणे संपवून मुले ताटकळत होती.

''या रे पुन्हा.'' असं दोन-तीनदा म्हणत त्यांनी पोरं वाटेला लावली.

रात्री मागच्या अंगणात चुलीवर भाकरी करण्याचा कार्यक्रम ठरला.

जेवणं उरकली.

आकाश निरभ्र होतं. चांदण्यांचा अन् चंद्रकोरीचा पुरेसा प्रकाश होता. वृंदा म्हणाली, ''अंगणातला लाईट विझवून बसू. मजा येईल.''

दिवसभराचा वृत्तांत चालला.

''आज विवेकचा फोन आला होता,'' वृंदा म्हणाली. तिच्या आवाजात उत्साह होता.

''केव्हा?'' मानसीने विचारले.

''परवाही आला होता ना गं?''

वृंदा हसली. म्हणाली, ''माझ्या म्हातारीच्या फोनवर लक्ष ठेवून आहात की काय? तुम्हां पोरींचं काही कळायचं नाही.''

''काहीतरीच काय बोलतेस ताई? उलट जिजाजी इथं असते तर किती मजा आली असती!''

''त्यालाही तसंच वाटतंय. एकतर सतत तणावाखाली असतो तो. अतिरेक्यांचा हैदोस आहे तिथे. आणि त्यात इकडे आपण दोघीच.''

''आणि मी?''

''हो, तू आहेस ना. त्याला सांगितलं मी तसं.''

''केव्हा आला होता? मला नाही बोलावलंस?''

''तुम्ही बाहेर पोरांच्या सुरात सूर मिसळून गात होतात तेव्हा. तो करेल नंतर. तिकडून कधीकधी लाईन मिळत नाही लवकर. मिळाली तर कट होते. पण आज तो अगदी 'ॲट लेंग्थ' असं बोलला. तुझ्या तब्येतीची सगळी बित्तंबातमी दिली त्याला. ही इज सो कन्सर्नड्. तू लवकर नॉर्मल व्हावीस, स्वत: चालाय-फिरायला लागावीस म्हणून तिथल्या एका दर्ग्याला गेला होता तो म्हणे. आपण सुरक्षित आहोत ना, याचीच काळजी.'' वृंदा म्हणाली. बोलता बोलता तिचा गळा भरून आला. मानसी-नेहा हसायला लागल्या.

हसता हसता गायला लागल्या. ''दो हंसों का जोडा बिछड गयो रेऽऽ''

''तुम्हाला हे गाणं कसं माहिती?'' वृंदाला आश्चर्य वाटले.

''घ्या! आता तर आटोपली मैफिल गाण्याची. जाऊ दे गं. सांग, जिजाजी कधी येताहेत?''

''आत्ता लागलीच तर नाही. पण रजा घेऊन येण्याचा प्रयत्न चाललाय त्यांचा. काय सांगता, एखादेवेळी फटकन येऊन दत्त म्हणून उभे राहायचे.''

''तसंच व्हावं. यु हॅव सीन हिम नेहा. ही इज सच ए हँडसम मॅन. त्यांच्या फोटोत

ते आहेत त्याच्या निम्मेही दिसत नाहीत. ही दोघं 'मेड फॉर इच अदर' आहेत. आई म्हणते की, इतका उत्तम जोडा तिच्या पाहण्यात नाही. मग बहुधा दृष्टही काढते मनोमन. मी इथं आहे तोवर त्यांनी यावं.'' मानसी उत्साहात बोलत होती.

''कशाला?'' वृंदाच्या मनात आलं, ''तो येत नाही हेच बरंय.'' मानसीचे प्रताप कळले तर माहेरच्या सगळ्यांबद्दल त्याचं मत वाईट व्हायचं. तिला पुन्हा वाटलं, कदाचित होणार नाही वाईट मत. मिलिटरीमध्ये धर्म आणि धर्माचरण ह्या गोष्टींचं स्तोम चालत नाही. सर्व जाती धर्माची माणसं सैनिक या एकाच मानसिकतेत असतात. शिवाय सतत मृत्यूची सावली असतेच. मृत्यू सर्वांना एकाच पातळीवर आणतो, असं तोच म्हनतो. डेथ इज अ लेव्हलर. त्यामुळे आचाराचे नियम कडक लागू करण्याची गरज त्यांना वाटते का? आयुष्याचं प्रचंड रौद्र रूप ते पाहात असतात अन् तेही एका शिस्तीत.

कदाचित विवेकला वाटणारही नाही काही! कदाचित मानसीची चूक तो आयुष्याच्या प्रवाहातला एक भागही समजेल. एखादेवेळी असंही असतं की, बाहेर अनेक गोष्टी आपण फार स्वतंत्र आणि मोठ्या मनाचे म्हणून औदार्य दाखवून मोठेपणा मिळवतो, पण तीच गोष्ट स्वत:च्या बाबतीत घडली तर तसं औदार्य दाखवू शकत नाही.

मनूच्या हातून जे घडलंय त्यासाठी विवेकनं औदार्य का दाखवावं? जगण्याच्या मोकळेपणाला त्याची हरकत नाही. पण स्वैराचारी, बेबंद जगण्याला त्याची हरकत असणारच. तोही शेवटी संस्कार जपणाऱ्या घरातूनच आलाय. संस्कार तरी काय असतात शेवटी?

जगण्याची पद्धती.

तीही नीतिनियमांना धरून असावी.

पण हे नीतिनियम तरी कुणी केले? ठरवले?

नीती अपौरुषेय.

आणि नियम– जगण्याची चौकट?

ठरवली माणसानंच.

पशूच आपण.

त्या पशुत्वाला घातलेला लगाम म्हणजेच समाज संकल्पना. हाही आपणच निर्माण केलेला.

नीती असो की नियम– आपणच तयार केलेले.

माणसानं.

मग एखादा असा असू शकतो की, त्याला हे मान्य नाही.

किंवा तो ते नियम पाळू शकत नाही.

मानसी अशीच असेल.

तिचा आपण या पद्धतीनं का नाही विचार करू?

आईबाबांना आपण ही बाजू समजावून सांगायला हवी.

आपण तयार केलेल्या नियमांना, प्रथांना आपणच घाबरू लागलो आहोत.

किंबहुना गेली कित्येक शतकं घाबरतोच आहोत.

असं घाबरण्यासाठी आपण ते नियम केले की, चांगलं आयुष्य जगता यावं यासाठी?

मनूला समजावून घ्यायला पाहिजे.

घाबरून जाऊन तिला दाबून ठेवून तिची कोंडी करायला नकोय. कदाचित या पद्धतीनं विवेकला समजावून सांगणं जमेलही. कदाचित तोच असा मुद्दा मांडेल. तसं झालं तर पुढचं सगळं सांभाळून घ्यायला मदत होईल.

"हॅलो, हॅलो..." मानसी म्हणाली, "अरे जिजाजींचं नाव काढताच तुझी ही स्थिती आहे. ते आले तर तू आमच्याकडे पाहणार सुद्धा नाहीस."

"राधा, कॉफी कर थोडी." वृंदा म्हणाली.

"आत्ता तर जेवलोय, नंतर घेऊयात?" नेहा म्हणाली.

गाण्याला आलेल्या मुलांपैकी जो तिच्याशी बोलला त्याबद्दल नेहाला मानसी व वृंदा दोघींशीही बोलायचं होतं.

अंगणाच्या काठावर राधा टेकली.

नेहानं सांगायला सुरुवात केली. त्या मुलानं कलाबाईबद्दल जे सांगितलं त्यातला शब्द न् शब्द सांगितला.

वृंदा स्तंभित झाली.

"बापरे, लोक काय वाट्टेल ते बोलतात. हे बघा, त्या पोराला थोडंच खरं माहिती असणार? त्याच्या घरात हे सगळं बोललं जात असेल."

"त्याची आई आबासाहेबांकडे काम करत होती ना! पाहा, ज्याचं मीठ खातात त्यांचे असे पांग फेडतात." मानसी म्हणाली.

"बाई, ह्ये येक पोरगं तुमच्यापाशी बोल्लं म्हनून! अशे कितीक मानसं बोलत्यात. कुना कुनाच्या तोंडाला हात लावनार? हा पोरगा मंजी मेद्या असंल. त्याची आय होती लक्षुमी मागं तिथं कामाला. मला कलाबाईनंच सांगितलं हुतं. काय कुरबुर झाली आन तिला काल्ढी." राधा म्हणाली.

"कुणी काढलं?" नेहा सहज बोलली.

"कुनी मंजी कलाबाईनं काल्ढं."

"तेच ते! नोकर काढायचा त्यांना काय अधिकार?"

"तो अधिकार आजीचा पाहिजे ना? म्हणून लोक बोलतात. त्यांना असं दिसतं

की, घरातली आश्रितबाई हा अधिकार गाजवतेय.'' वृंदा म्हणाली.

"काय अधिकार बाई? अवो बायको झाली तरी दुसरी. तिला कोन इचारनार?''

"त्याचा कायदा असा की हिंदू कोड बिलाप्रमाणे तर दुसऱ्या बायकोला मान्यताच नाहीय ती.'' वृंदा म्हणाली, पण अडखळली.

"ठेवलेली बाई, असंच ना? कीप?'' नेहा म्हणाली.

"छ्या बया! असं काय जगनं? घरात दुसरेपन ना मालकीन, ना नवऱ्याची, ना घरादाराची, ना पै-पैशाची. कशाला जगावं असं? आपल्यावर काय जोरजबरदस्ती आहे का? अशा जगन्यापरी मरन बरं. आता ह्या कलाबाईला दिसलं नाही व्हय की मानूस एका बाईचा दादला हाय म्हून. एका पोराचा बाप हाय. कशाला घुसावं अशा घरात? सगळा इचका करून टाकला. त्येच्याबी जगन्याचा अन् आपल्याबी. त्या परीस लगीन करून आपला संसार थाटायचा.''

"पण त्यांचं प्रेम असेल तर?'' नेहा हटवादीपणानं म्हणाली.

"परेमबी आसलं तरी मनाला काय लगाम देता येतो का नाई? जनावर थोडी हाय आपन? परेम तर दुरूनबी करता येत नाई व्हय? मीराबाईनं केलं की! कितीकई बाया असतील तशा. ह्ये परेम नाही. अवो ही तर शरीराची निस्ती भूक. दुसऱ्याचा इचार नाई. आपली मामी लागती तर तिच्याच घरात असं घुसून बसावं का?'' राधाचा राग स्पष्ट होता.

"यात फक्त बाईची चूक असते का? त्या माणसाचा काही दोष नाही? वासना बाईला आहेत. शरीर बाईला आहे. मन बाईला आहे. आबासाहेबावर काय बलात्कार झालाय? ती लहान होती, तर ते चांगले घोडमे होते. त्यांना पक्कं माहीत होतं, त्यांना काय पाहिजे ते! तिला तेव्हा तरी कळत नसणार. हा माणूस चांगला अनुभवी होता. पंधरा-वीस वर्षं तिच्यापेक्षा मोठा. पण आपण बायका सुद्धा कल्पनांच्या गुलाम आहोत. पुरुषांना बिलकुल दोष देऊ इच्छित नाही. बायकोला मूल पुरुष देणार. पण बाळंतपणानंतर थोडाही दम धरणार नाहीत. ह्यांच्या बाबतीतही असंच झालंय. जहागीरदारीण बाईच्या आईला थोडा संशय आला होता म्हणून तर त्यांनी बाईंना घाईनं इकडे घरी पाठवून दिलं म्हणे. म्हणून तू म्हणतेस तसं नाही वाटत मला.'' वृंदा म्हणाली.

"पर बाई, पुरुष वासनेचा पुतळा असतूया. बाईनं सबुर कराया पायजे. नाही झालं तरी कलाबाईचं बगा. कितीबी झालं तरी मालकीन कोन? तर जहागीरदारीन. तिच्या कुक्काला धक्का नाई. बाधा नाई. ती मनात दुःखी आसेल पन लोकांत तर तीच खरी बाईल. कलाबाईचं काय? तिला घरकामवालीचा नाईतर नातलगाचा शिक्का. तिच्या मनात ती मोठी बी आन सुखी बी! पर पूजाला आबासाहेबाच्या शेजारी कोन बसतं? लोकांत त्यांची बाईल कोन ठरती? सुगीची पूजा राहू द्या नाईतर

नोकरमानसाला कपडे देनं आसू द्या, नाईतर कारभाऱ्याकडचं लगीन आसू द्या. कलाबाईला बलवीतबी नाईत. ती इधवा. तिला अधिकार काय? सनावाराला घरात पडेल ते काम करावं लागतंय. तिला लई काठापदराची लुगडी घातली तरी मान नाई. ती लई कावती.''

''राधा, तू त्यांना अगं-तुगं करतेस.''

''आत्ता! समदा गाव करतो. पर पाठीमागं. संबुर तर ह्या आबासायबांच्या नात्यात हायेत. कोनाची बोलायची टाप हाय?''

मानसी इतका वेळ गप्प ऐकत होती. ती एकदम म्हणाली, ''मला एक समजत नाही की, लोकांना या गोष्टीचं काय पडलंय? दोन माणसांत तयार होणारं नातं हा त्यांचा त्यांचा खासगी प्रश्न आहे. त्यात इतरांनी नाक का खुपसावं? आपापल्या पानात काय आहे, ते पाहावं. स्वत:साठी करण्याच्या पुष्कळ गोष्टी असतात, त्या कराव्यात. ही गावभरची धुणी कशाला धुता? वेळ आहे खूप. दुसरं काय?''

राधा तिच्याकडे आश्चर्याने बघत होती. तिच्याकडे पाहात मानसी म्हणाली, ''प्रत्येकाला स्वातंत्र्य आहे, निदान खासगी आयुष्याबद्दल ठरवण्याचं. कुठं चाललंय जग. अन् लग्नाची सक्ती आपल्याइतकी कुठेही नाही. लग्नाशिवाय मुलं होतात. अगदी मातृत्वसुद्धा पुरुषाशिवाय शक्य करतात. मुलीला लग्नाशिवाय मुलाबरोबर राहायचं असेल तर ती राहाते. पुरुषही तसेच स्वतंत्र आहेत. लग्नाचं बंधन नाहीच म्हटलं तरी चालेल.''

''आन असं किती दीस ऱ्हायचं? कायमच्याला असंच ऱ्हायचं? पोराबाळांचं काय?'' तिच्या स्वरांतलं आश्चर्य अन् खेद जाणवत होता.

''कितीही वर्षं राहता येतं. नाहीतर काही महिन्यांत किंवा दिवसांतही एकत्र राहाणं नको असेल तर वेगळं होता येतं.'' मानसी उत्साहात सांगत होती.

''पर माझं म्हनन ऱ्हायचं तर हाई तर मंग लगीनच का नगं? आन पोरांना बापाचं नाव लावाया नगं?''

''काय गरज आहे? आजकाल मुलं आईचंही नाव लावतात. आणि परदेशात नावाचा एवढा बाऊ करतच नाहीत. त्यांच्याकडे आडनाव नाही. त्यामुळे घराणेशाही नाही.'' नेहा म्हणाली.

''अग्गा बया!'' म्हणत राधानं बसकण मारली. ती म्हणाली, ''आपल्याला नाई पटत. त्येंचं त्येंच्या देसात. आपल्याकडं जे हाय ते आपलं. आपल्या वाडवडिलांनी काय इच्चारच करून ठरवलं असनार ना? त्ये काय यडे होते? असं लग्नाबिगर ऱ्हानं मला समजत नाही. आपल्या लोकांना जे कबूल असल ते करत्येत. तुमी मनता ते ऐकून तर मला धस् झालंय. आपल्या पोराबाळांना नगं असलं शिक्षान. तुमी मनता आसं झालं तर भली पोरंच पोरं तयार हुतील. कुनाचा बा कोन, कळायचं नाई.

बाप्यांनाबी बरं– कुणाला पोसाया नगं. पर बाई मरंल. तिला लेकरू टाकता यायचं नाही.''

वृंदा-मानसी-नेहा जोरजोरात हसू लागल्या.

''राधा ग राधा, कोणत्या युगात वावरतेस? अगं, मुलं पाहिजे असतील तरच होतात. तू टी.व्ही. पाहातेस, रेडिओ ऐकतेस, दवाखान्यात जातेस– सगळीकडं सांगतात.''

''मला सांगू नका. आप्रीशन झाल्यावरबी पोरं झालेली पाह्यल्यात मी. मला इचारलं तं चूक ते चूक.''

''काय चूक? काही नाही. त्या कलामावशी परदेशात असत्या तर त्यांना असलं ह्युमिलेशन, असली मानहानी सहन करावी लागली नसती.'' मानसी म्हणाली.

''त्यासाठी परदेशात असावं लागतं.'' वृंदा गंभीर होत म्हणाली, ''सतराव्या शतकापासून ते एकविसाव्या शतकापर्यंतची समाजव्यवस्था नांदतेय इथं. आदिवासी ते अगदी मोस्ट मॉडर्न एकत्र नांदताहेत. पण अगदी रॅडिकल, मुळातून बदल होणं अवघड आहे. ती एक प्रक्रिया-प्रोसेस आहे. परिवर्तनाची प्रक्रिया. अगदी सावकाश चालणारी.''

''मग त्यात अनेक पिढ्या गारद होणार आणि आपण तसं जगू शकणार नाही. त्याची गरजही नाही म्हणा. आपल्या बायका बऱ्यापैकी फ्री आहेत. निदान शहरातल्या– शिकलेल्या.'' नेहा म्हणाली.

''तुमी बोलता ते कळंना. पन मी मनते इतकं खुदपसंत ऱ्हायचं, असं सगळेच मनायला लागले तर गोंधळच व्हायचा.''

राधा म्हणाली, तशा सर्वजणी हसायला लागल्या.

वृंदा म्हणाली, ''काळाला योग्य आणि काळाच्या झटक्यात या गोष्टी झाल्या तरच तू म्हणतेस तसा समाज, जात, पंचायत वगैरे नाही राहायची.''

''आवो, पन म्हातारपनचं काय? बाबा असो का बाई, आधार नको कावो? आसं सडफटिंगासारखं राहिलं आन फुल्पाखरावानी जगलं की जवानी हाय तर भोगली. पण मग हाडंकाडं थकल्यावर काय?''

''तू विचारतेस ते खरंय राधा. म्हातारी माणसं पाहतो आपण. ऐकतोही त्यांच्याबद्दल. तरुणपणाची गुर्मी जाऊन अगदी लिळेपिळे होतात. स्वभावच बदलतो. ज्यांना उद्धटपणे वागवलं त्यांच्यापाशी मग जमवून घेतात.'' वृंदा.

''शेवटी आजूबाजूची माणसं लागतात. समाजाला पर्याय नाही.'' नेहा म्हणाली.

मानसीच्या कपाळावर आठ्या पडल्या.

''मला वाटत नाही तसं. आय डिसॲग्री. इतकी गरज नसतेच खरी. जरा जास्तच सांगताय तुम्ही. मी माझ्या मनासारखं जगणार, स्वतंत्र.''

''मनू, निदान सध्यातरी तू हे बोलू नयेस. तुझी अवस्था आणि तुझ्या मतांचा पराभव तुझ्या पुढ्यात आहे. इतकं एकटं राहता येत नाही. नाहीतर तू इथे ताईजवळ कशी?''

मानसीचा चेहरा उतरला.

पण स्वत:चा मुद्दा पुढं रेटण्याच्या तिच्या स्वभावानुसार ती म्हणाली, ''असं काय? अपघात होत राहतात–''

वृंदा हसली किंचित. म्हणाली, ''तुला वाटतं तितकं स्वतंत्र जगता यावं माणसाला. पण तसं नाही होत. शरीर तारुण्याकडे जातं तसं सूर्यास्तही टळत नाही आपल्याला. आपण मंडळी सारखी परदेशाची उदाहरणं देत राहतो. पण जरा तिथल्या वृद्धाश्रमात जाऊन बघा. माझी मैत्रीण मेनन गेली होती. ती सांगत होती की, म्हातारी परकीय माणसं किती लीनदीन असतात! झुरतात मनात. आपल्या मुलाबाळांनी येऊन भेटावं, असं वाटत असतं त्यांना. पण त्यांना वेळ नसतो किंवा येतच नाहीत ती. कारण समाजरचनाच तशी आहे. व्हिजिटर्स डेला नटूनसजून बसतात. उत्तम कपडे घालून. आलीच मुलं भेटायला तर हसून हाय-हॅलो करतात. सगळं वरवरचं. मनातून त्यांना वाटत असतं की, एकतर जाणाऱ्या मुलाला तरी थांबवून धरावं, नाहीतर मुलांनी तरी त्यांना चलण्याचा आग्रह करावा. हे नाही घडत, तेव्हा खचून नसतील जात? रडत नसतील? कुणीच न भेटलं तर खंतावत नसतील? पण हे सांगायलाही मायेचं कुणी नसतं. सरकारी सल्लागार असतात. तेही पगारी म्हणून ऐकतात. तेही नाही घडलं तर मानसोपचार- तज्ज्ञ! सायकीयाट्रीचे एवढे प्रॉब्लेम आहेत तिथे! पण आपल्याला तेवढं खोलात जायला वेळ कुठे? सोयीचं तेवढं तरुण पिढी पाहते. तसंच जगायला मिळेलही तुम्हाला. एकटेपणा सोसण्याची ताकदही निर्माण करावी लागेल. तरुणपणचं मुक्त आयुष्य, एवढं एकच आकर्षण आहे तुला, मनू. यू मस्ट ग्रो अप टू अंडरस्टँड अदर अँगल्स अॅज वेल. सोयीचं तेवढं पाहू नकोस.''

हे सगळं ऐकून मानसी बेचैन झाली.

तिला वाटलं, 'आपल्याकडे हे का जमत नाही? आपण का आपल्याला आवडणाऱ्या माणसाबरोबर राहू शकत नाही? का नाही त्रिलोकबरोबर? ओके, तो मॅरिड आहे. असेना का! नाही सोडलं बायकोनं. हा गेलाच नाही तिच्याकडं तर ती काय करील?'

मग ती स्वत:ला बजावत म्हणाली,

'अगं वेडी तू मनू. तो सोडत नाहीये तिला. तुझ्याकडे येत नाहीये तो. लक्षात घे. इट मे ऑल ओव्हर. पूर्णपणे तू त्याची असून वाट पाहातेस? साधा फोन करीत नाहीये तो. पण मग माझ्या आयुष्यात तो आलाच कशाला? मी स्वत: होऊन तर

गेले नव्हते ना त्याला आमंत्रण द्यायला? एखाद्या झंझावातासारखा आला. बळजबरीनं माझ्या आयुष्यात घुसला. त्या राजहंसासारखा. लिडाला कुठं माहिती होतं? ती ग्रीक सम्राज्ञी तिच्या नादात होती. तंद्रीत होती. तिच्या सौंदर्यानं तो घायाळ झाला. मोहित झाला. स्वत:च्याच तयार केलेल्या माणसाच्या तो प्रेमात पडला. इतका की त्याला कामवासना आवरली नाही. राजहंसाच्या रूपानं त्या ओल्या विवस्त्र लिडावर तो झेपावला. त्यात लिडाचा काय दोष होता?' मानसीला विल्यम येट्सची कॉलेजात शिकलेली कविता आठवली. तारुण्याच्या उंबरठ्यावर ती कविता शिकताना ती झपाटली होती. प्रेमाची विचित्र मायथॉलॉजिकल– पौराणिक गोष्ट. विलक्षण गोंधळून टाकणारी!

'त्रिलोकच्या प्रेमात पडण्यात आपला काय दोष होता? आपल्या निष्पाप प्रेमाचाही त्यानं विचार केला नाही. आपण त्याला भुलवलं नाही, झुलवलं नाही, मागे यायला खुणावलं नाही. तोच आला आणि तोच सोडून गेला. पुरुषाला किती सोपं आहे, असं वागणं? आपण त्याच्यापाठी जाऊ शकत नाही. त्याला फोन करू शकत नाही. त्याला फोन करून धमकावू शकत नाही. तो फोन ठेवून देतो. आपण इथून काय करणार? त्यानं ऑफिसमध्ये येऊच दिलं नाही, तो घराबाहेरच आला नाही तर सगळ्यांसमोर आपण काय करणार? त्याची गचांडी धरून, त्याला गदगदा हलवून त्यानं आपल्याला कशी वापरली हे सांगणार? त्याच्या थोबाडीत देऊन त्याला वास्तवाची जाणीव देणार? सगळ्यांसमोर आपल्या एकांतातल्या कथा ऐकवणार?

झीट येऊन पडतील सगळे. आपल्या इज्जतीचा कबाडा वाजेल. तो पुरुष आहे. त्याला कुणी काही म्हणणार नाही. त्याच्या इज्जतीचा फालुदा झाला तरी तो तेवढ्यापुरता!

पुरुष जात्याच पराक्रमी. त्यांनी स्त्रिया नाही वापरायच्च्या तर कुणी? त्याच्या क्षणाच्या आकर्षणाच्या बळी आपल्यासारख्या मुली. मन देऊन बसणाऱ्या. झुरणाऱ्या. आठवण काढीत डोळे गाळणाऱ्या. आणि वाट पाहणाऱ्या.

आपण वाट पाहतोच आहोत.

तो येईल याची खात्री बाळगत.

दोन्हींची खरं तर खात्री आहे आपल्याला.

तो येणार नाही आता. खूप वेळ गेलाय मध्ये. त्याचं तात्पुरतं आकर्षण संपलंय कदाचित!

किंवा येईलही.

पुन्हा त्याच्या मनात आपल्या शरीराची ऊर्मी जागेल तेव्हा किंवा पुन्हा आपण पडू त्याच्या मदांध नजरेला!

बायका जात्याच हुशार असतात. एवढं समजण्याइतक्या निश्चितच.'

"कसला विचार करतेस मनू?" नेहाच्या वाक्याने ती जणू जागी झाली. काय उत्तर द्यावं, तिला कळेना.

"काही नाही. एक मागे कविता होती शिकायला. ती आठवली."

"अरे वा, तुला कविता आठवायला लागल्या तर, तू बरी व्हायला लागलीस म्हणायची. कोणती गं कविता?"

"लिडा आणि स्वान. ग्रीक मिथकावरची इंग्रजी कविता."

"कोणती? मला नाही आठवत."

"हेलन नावाच्या सौंदर्यवतीच्या जन्माची कथा. हेलन, ट्रॉयच्या विध्वंसाचं कारण."

"अंधुक आठवतंय. तुला कशी आठवली? मला त्यावरून एक आठवलं, आपले सर म्हणाले होते की, मोठमोठ्या विनाशाचं कारण कधी कधी स्त्री असते."

"मला वाटतं लहान लहान गोष्टीनंही स्त्रीचा नाश होतो. मोठ्या विनाशांच्या कथांमध्येही तिच्या मनाचा विचार नसतो."

"रामायणात कसं आहे? सीतेला सोनेरी हरण आवडलं म्हणून राम तिची हौस पुरवायला गेला."

"की, त्याचा पुरुषी अहं सुखवायला गेला? त्याच्यासारख्या राजानं सीतेला कसं ठेवायला पाहिजे होतं? उलट त्याच्यासाठी ती कष्टमय आयुष्यात उतरली म्हणून त्याची भरपाई करायला गेला असणार."

"जाऊ दे. सगळ्या कथांचं सबव्हर्शन होऊ शकतं."

"काही कथांचं 'रिव्हर्शन' होऊ शकतं. ती लिडाची कथा आहे." मानसीचा आवाज कापला.

नेहा मुंबईला गेली. घर रिकामं झाल्यासारखं झालं.

हवेली गजबजली.

ती बातमी वृंदाकडे यायला अवघा तास-दीड तास लागला. दूध घेऊन येताना माळीबाबा प्रफुल्ल चेहऱ्यानं धावपळ करताना दिसत होता. ही त्याची हालचाल लिंबाजीने पाहिली, म्हणून लिंबाजी थांबला. परागला भेटूनच आला. आजी-आजोबांचं घरी येण्याचं निमंत्रण घेऊनच आला.

मानसी आनंदली.

लोणावळ्यात आल्यापासून एकाच पद्धतीचं आयुष्य जगत होत्या दोघी. आजारपण आणि आजूबाजूची माणसं.

"बरं झालं. नाहीतर सगळं अगदी एकसुरीच झालंय. एकदम अमेरिकन वारं

वाहायला लागेल. मला स्टेट्सला जाण्याची खूप इच्छा आहे. माहिती नाही आपल्याला तिथे स्कोप आहे की नाही?'' मानसी बोलत होती.

''मी ऐकलंय नर्सेस, मेकॅनिक्स, फिजिओथेरपीस्ट व इंजिनिअर्सना खूप मागणी आहे म्हणून–'' वृंदा.

''मग मला लवकर बरं व्हायचा चान्स आहे. तिकडे फिजिओथेरपीच्या खूप सोयी आहेत. आजोबांच्या मुलामार्फत लग्गा लावावा–'' मानसी म्हणाली.

''तू तरी काय मनू, समीरदा तिथे आहे. आपल्याला पाहिजे तेव्हा जाता येईल.''

मानसी म्हणाली, ''पण माझे पाय तयार पाहिजेत ना? नाहीतर तू सुद्धा जाशील मला टाकून.''

''काय मनू?'' वृंदा जवळ आली. ''किती दिवस झाले मला येऊन? मी काय लोणावळ्याची हवा खायला थांबलेय? तुझ्यासाठी थांबलेय. मी तुला कशी सोडेन?''

तिनं मायेनं मनूच्या चेहऱ्यावरून हात फिरवला. मानसीचे डोळे भरून आले.

''सगळं गमावून बसलेय मी! एकदम रिकामं रिकामं वाटतं. पोकळ वाटतं. आपल्याला वजनरहित अवस्थेत, मोठ्या अवकाशात सोडून दिल्यासारखं. हुरहुरत राहाते. कशामुळे हुरहुरतेय, तेही कळत नाही. तू, आई सगळे माझ्यासाठी खूप जवळचे आहात. तुम्ही कोणी माझ्यापासून दूर जाल, असं वाटलं तरी सहन होत नाही.''

तिचे डोळे पुसत वृंदा म्हणाली, ''विषय कुठच्या कुठे गेला! आपण इथे आलेल्या नॉन रेसिडंट इंडियनविषयी बोलतोय. तो आलाय. आपल्याला हवेलीतून आमंत्रण आलंय. आय ॲम डाईंग टु सी हिम. तो आजोबांसारखाच इंटलिजंट असणार. इंजिनिअर आहे ना?'' वृंदा हसायला लागली.

''तर काय! सगळ्या चांगल्या गोष्टी मिळायच्या वेळी मी कुठं गेले होते, देव जाणे! बघ ना, आता थोडी आधी जन्मले असते तर पराग किंवा जिजाजींपैकी एखाद्याला तर पटकावलं असतं.'' मानसी म्हणली.

''चल गं, चावट पोरगी! एकाला तर पाहिलंय. हवेत इमले! आणि विवेकच्या बाबतीत तर मीच आचाकोचा खोवून उभी आहे. तिकडे ती अमेरिकन. चल, पुढच्या जन्मी वगैरे पाहू.''

वृंदा अजूनही हसत होती, ''तुम्ही आजकालच्या पोरी म्हंजे–''

पुटपुटत.

''आज जाऊया संध्याकाळी.''

''आई न् मनोज यायचेत ना? चुकामूक नको.''

''किती दूर आहे हवेली? ते आले तर आपण सटकू तिथून.'' मानसीने पैज लावली.

''नेहाला हवेलीचं जबरा आकर्षण होतं. आणि उत्सुकताही. बरं तर बरं, नाहीतर तिनं आबासाहेबांनाच गळ घातली असती.'' मानसी म्हणाली.

''नो चान्स? आय कान्ट कॉंपिट आजी अँड कलामावशी.'' वृंदाने हात वर केले.

दोघी हसायला लागल्या.

संध्याकाळी गप्पांची मैफल जमली.

वक्ता अर्थातच पराग होता.

हवेलीतला भारदस्तपणा आणि पाश्चिमात्य संस्कृतीचा मोकळेपणा यांचा सुरेख संगम होता.

दोघींची 'तो बोलेल का' ही शंका त्यानं धुळीला मिळवली.

आबासाहेब फार बोलले नव्हते. त्यांची प्रतिष्ठा त्यांना फार मोलाची वाटत असणार. त्यांच्या संयमाचं कारणही तेच असणार.

जहागीरदारीण आजी बोलक्या होत्या. पण कलामावशीइतक्या बोलक्या नव्हत्या. त्यामुळे पराग अबोल असणार, असा कयास करणं सोपं होतं.

पण प्रत्यक्षात मात्र तो गप्पाड्या होता. फक्त मराठीवर इंग्रजीचं प्रभुत्व जाणवत होतं इतकंच. पण प्रसंगी इंग्रजीचा आधार घेत तो बोलत होता. शिवाय आता त्याला श्रोतेही मिळाले होते.

''तुम्ही अचानक आलात ना? पण बरं झालं, आलात. आजींना खूप बरं वाटत असणार. तोंडानं म्हणाल्या नाहीत तरी तुमचा विषय हमखास काढतात. आणि विषय निघाला की एकदा तरी त्यांचे डोळे भरून आल्याशिवाय राहात नाहीत.'' वृंदा सुरुवातीला संकोचून बोलत होती.

''आठवण तर मलाही खूप येते. पण अंतर इतकं. शिवाय काम सोडून तर येता येत नाही.'' पराग म्हणाला.

बोलताना तो आई-वडिलांकडे पाहात होता. आजी लेकरावरची नजर काढत नव्हत्या.

''पुष्कळ झालं काम. इथं रोजच्याला तुमची आठवण येते. त्यांची तब्येत ठीक नाही. मावशी हाडं मोडून पडलेली. मला तं आश्चर्य वाटतं. परदेशात माया नावाची गोष्ट नाही काय?'' कलाबाई फटकन म्हणाल्या. आजींना त्यांचं मध्येच बोलणं आवडलं नाही.

''किती वेळा बोलून झालंय ते! पुन्हा पुन्हा तो विषय कशाला काढायचा? पण तुला बोलायचं भान असेल तर. येतो ना तो? आणि आम्ही नाही का जाऊन आलो

दोनदा?'' मग त्या वृंदाकडे वळल्या. ''तो तर घेऊन जायला तयार आहे. ह्यांना इथेच राहायचंय, त्याला काय करणार?''

परागच्या डोळ्यांत आईचं कौतुक आलं.

''तिथं काय करायचं? माश्या मारायच्या? इथं शेतीची कामं आहेत. आपले आधीचे व्यवहार आहेत. कोर्ट-कचेऱ्या आहेत.'' आबासाहेब त्रासिक शब्दांत म्हणाले.

''सोडा आबासा. किती दिवस काम करणार? हे व्याप न संपणारे. मी तुम्हाला मागे म्हणालो की विठोबा आहे. त्याच्यावर जबाबदारी सोपवा.''

''नाहीतरी विठोबाच कारभारीपण करतोय.'' आजी म्हणाल्या. मग वृंदाला म्हणाल्या, ''आमच्याकडे मुख्य कारभारी म्हणून पिढ्यान्‌पिढ्या एकच कुटुंब आहे. आधी विठोबाचे वडील होते.'' मग त्या आबासाहेबांकडे वळल्या, '' चांगलं काम करतो तो. तुम्ही कधी जाता शेतावर? सटीसहामाशी. ते तिथून येऊनही करता येईल. आणि कोर्ट-कचेऱ्यांचं काय? ज्याचं त्याला बघता येतं. आपणच गळ्यात घेतलं तर मग बाकीचे जबाबदारी झटकायलाच बसलेले! आणि करायचंय काय आपल्याला? पण सुटलं पाहिजे ना–''

शेवटचं वाक्य त्या पुटपुटल्यासारखं म्हणाल्या.

वातावरणात ताण आला.

वृंदाला आठवलं की, कोर्टाच्या केसेस कलाबाईंच्या आहेत.

''तुम्ही जा ना. तुम्हाला मी अडवलंय का?''

''मी एकटी कशी जाणार? तुम्ही चलायला नको?''

''मी तर म्हणतो कलामावशीला घेऊन चला.'' पराग म्हणाला.

वृंदा आणि मानसी चमकल्या.

आजींच्या चेहऱ्यावर उदास छटा उमटली. बळेच हसून त्या म्हणाल्या, ''तिलाही घ्या. नाहीतरी ती एकटी कुठं राहील? तुझ्या जन्मापासून आमच्याबरोबर आहे. तिला तरी कोण आहे? होते त्यांनी सोडलं. आपणच सोडायला लावलं म्हणेना का! आता इतके बरोबर आहोत की आम्ही दोघंच असलो तर चुकल्या- चुकल्यासारखं होतं. आणि सध्या तर काय? मी ही अशी. घरात पाहायचं- करायचं मला शक्य नाही. वर्षापासून तर घर सुटलंच माझं. एक आजारपण किती परावलंबी बनवतं! पण कलाला मात्र स्वावलंबी बनवलं हो. माझ्या हाताखाली ती एवढी तयार कधी झाली, कळलं नाही. मला काऽऽही बघावं लागत नाही. ह्यांच्यासकट सगळं बघते.''

आबासाहेब अस्वस्थ होत होते. पराग लक्षपूर्वक ऐकत होता. त्याच्या चेहऱ्यावर कुठलाही भाव नव्हता.

''माणसाला कसं वाटतं, की मी नाही केलं तर कोण करणार? मी गेले तर सगळ्यांचं काय होणार? अशावेळी त्या कल्पनांचा फोलपणा कळतो.''

"जन पळभर म्हणतील हाय हाय, अशी तांब्यांची कविता आहे ना?"

काहीतरी बोलायचं म्हणून वृंदा म्हणाली.

आजींनी हसल्यासारखे केले.

"पळभर तरी म्हणतील की नाही देव जाणे? तर काय सांगत होते–" त्या विषय सोडायला तयार नव्हत्या. "कलाला घेऊन जाऊ आपण. पण आधी तिला विचारा. आजकाल ती म्हणेल तेच होतंय या घरात."

"काहीतरीच बोलता– तुम्ही मालकीण इथल्या. माझं कोण ऐकणार?" कलाबाई घाईनं म्हणाल्या.

"आता थोडी का उदाहरणं देऊ? परवाचीच गोष्ट. मी म्हणाले ह्यांना की, दोन दिवसांसाठी सुधाकडे जाऊन येऊ? तर आधी हे तयार झाले होते. पण तुझं आणि सुधाचं बरं नाही म्हणून तू येत नाही म्हणालीस. हे पण फिरले. काम आहे असं सांगून गेलो नाही आपण–"

आबासाहेब एकदम उभे राहिले. त्यांच्या आवाजात धार आली.

"कामं आहेत म्हणजे? काम होतं म्हणून नाही गेलो. विषय संपला." आजींचा चेहरा एकदम पडला. अपराधीपणाची भावना स्पष्ट उमटली.

पराग मध्ये पडला.

"आबासा, प्लीज सीट डाऊन. डोन्ट बी अँग्री. आई मोठ्या ट्रॅमातनं जातेय; हे खरं ना? तुम्हीच म्हणालात की आयुष्यभर समर्थपणे उभी राहिलीय. या दुखण्यानं ती मेन स्ट्रीम लाइफपासून दूर झालीय. तिला याची सवय नाही. ती आयुष्यभर या घराची समर्थ मालकीण म्हणून राहिलीय ना? गिव्ह हर टाइम. ट्राय टू अंडरस्टँड हर सायकी. कलामावशीच्या जागी कुणीही असतं तरी हर रिॲक्शन वुड हॅव बीन सेम. सो?–"

त्याने आबासाहेबांना खाली बसवले.

आजींच्या डोळ्यांत पाणी आले. परागने त्यांना जवळ घेतले. त्याच्या खांद्यावर डोकं टेकवत त्या म्हणाल्या, "तुला खोटं का सांगीन मी? परवा थोडं दुखलं त्यांचं. मी म्हणाले सुंठ-गूळ दे. त्यांना नेहमी त्रास होतो. वैद्याच्या औषधानं बरं वाटतं. पण कलानं ऐकलं नाही. एरवी ह्यांना दुसरा डॉक्टर चालत नाही. पण तिच्याबरोबर जाऊन दाखवून आले. मी ह्यांची वैरी आहे? मला नाही वाटत, त्यांना बरं वाटावं?"

पराग त्यांना थोपटत म्हणाला, "इनफ, इनफ. आता गप्प राहा. डोक्याला शीण करू नकोस. डोंट ट्राय अँड रिमेंबर एनीथिंग. ओके?"

सगळे स्तब्ध बसले होते. वृंदा आणि मानसीला भयंकर संकोचून गेल्यासारखं झालं होतं.

"पाणी आणतो" म्हणत पराग उठला. त्याच्यापाठोपाठ कलाबाई आत गेल्या.

आबा उठून बाजूच्या मोकळ्या सीटआऊट मध्ये गेले.

आजी एकदम म्हणाल्या, ''आयुष्यभर गप्पच बसलेय. किती केलंय ह्या बाईचं मी? माझ्याच आगमागच्या वयाची, पण 'तुम्हाला मुलीसारखी आहे' असं बजावलंच होतं मला. तेच सांगितलं जगाला. घासातला घास घेतला तिनं तरी चूप राहिले. बंद मुठीत ठेवलं सगळं. मला काय मिळालं? लुगडी आणली तर पहिलं लुगडं– स्वत:च्या आवडीचं ही घेणार. कारण ही लहान. सणाला जेवायला आधी ही बसणार. तिचं कुणी नाही म्हणून तव्यावरची पोळी तिला वाढायची. पराग झाल्यावर माहेरी जास्त राहिले मी. तेवढंच निमित्त! चौकट ओलांडायची भीती वाटायची. मी माणूस होते. या चार भिंतींना माहिती आहेत माझे भोग. पण संपलेत कुठे अजून? मोठ्या मुश्किलीनं सगळा भाग आवरून धरला होता. पण पडायचं निमित्त झालं.

जवळचे नोकर दूर केले हिनं. आणि मीच करणार म्हटल्यावर नोकरच काय, नातेवाईक सुद्धा आले नाहीत पुन्हा. सगळे लगामच हातात घेतलेत आता. मला चालायला होत नाही. काही करणं शक्य नाही.

ह्यांनी काय खायचं, मी काय खायचं, कोणते कपडे घालायचे, कुणाशी किती बोलायचं, कुणाशी बोलायचं नाही, हे सगळं ही ठरवते. हे जेवायला बसले तर फिरकू देत नव्हते मी! आता जवळ बसून खाऊ घालते. जगाची लाज धरायचं सोडलंय.

दरवेळी कुणीही आलं भेटायला तर ही इथेच बसलेली आणि पुन्हा हे! तोंडावर टापशी लावायची. नाहीतर दोघंही तू असं का बोलली, तशी का बोलली? सुरू. आता मुलाला सुद्धा सांगायचं नाही? बाईचा जन्म वाईट! घरात आली. मालकीण होऊन बसली. कधी वाटतं, आपला अधिकार ओढून घेतलाय तिनं.''

त्यांचे डोळे भरून वाहात होते.

त्या तिघींशिवाय कोणीही नव्हतं तिथे. बहुतेक परागही हेतुत: आला नव्हता. अस्वस्थपणे आबासाहेब त्या गॅलरीत एका टोकाला पाठमोरे उभे होते.

मानसी मनातून घाबरली होती. नकळत तिने वृंदाच्या हातावर हात ठेवला होता. वृंदानेही तो पकडून धरला होता.

''बाईचं आयुष्यच काय असतं? नवऱ्याभोवतीचं रिंगण. त्या रिंगणावर कुणा दुसऱ्याची पावलं पडली तर रांगोळी विसकटते. पुन्हा ठिपके घालून, पुन्हा रांगोळीचं वैभव त्या रिंगणात काढू म्हटलं तर जमतं का? अधिकारच तेवढा. त्या रिंगणापुरता. तो ह्या बाईला नाकारत होते मी. निदान जगापुढे तरी.

आता तिची पाळी आहे. अधिकार गाजवण्याची. माझ्यावर. या हवेलीवर. ह्यांच्यावर! मी एकाकी झालेय, अगतिक झालेय. एखाद्या भिकारणीसारखी लाचार झालेय.''

त्या रडू लागल्या. हळू आवाजात. तोंडावर पदराचा बोळा धरून.

पराग आत आला.

त्याच्या हातात पाण्याचा ग्लास होता.

त्याने वृंदा आणि मानसीला खूण केली.

वृंदा उठली. मानसीला आधार देत बाहेर आली.

पायऱ्या उतरून यायला मानसीला वेळ लागत होता. तिथून चटकन निघून जावं, असं दोघींनाही वाटत होतं.

त्या थोड्या पुढे बागेत आल्या, तोच मागून पराग आला.

''आय ॲम सॉरी फॉर व्हॉट हॅज हॅपन्ड. आय नेव्हर थॉट शी वुड ब्रेक लाइक धीस. तुम्हाला उगाच त्रास! ही पण अशाच ट्रॉमॅटिक फेजमधून जातेय ना? मी नंतर येतो तुमच्याकडे. गाडी सोडेल तुम्हाला. आई फार अपसेट आहे. ड्रायव्हर तसाच पुढे जाईल डॉक्टरांना आणायला.''

दोघींनीही मान डोलावली.

दोघी घरी परतल्या तेव्हा अंधार चांगलाच दाटलेला. रस्त्याने दोघीही गप्प होत्या. बागेतून जाण्यासाठी राधा कंदील दाखवत होती. अंधुक चांदण्यांचा प्रकाश होता. धुळीने हवा भरलेली दिसावी तसा.

''मी थोडावेळ बाहेरच बसते.'' मानसी म्हणाली.

''राधा खुर्ची दे आणि तू थांब इथेच.'' वृंदा म्हणाली.

''नको ताई. मी बसते. मला थोडं पाणी पाठव. बस्स.''

राधाने पुढे केलेले पाणी पिऊन तिने खुर्चीवर मान मागे टेकवली. थकून गेल्यासारखी.

घटना कशा सुरू होतात आणि कशा संपतात याचे अजब उदाहरण आजची संध्याकाळ होती.

आजी-आजोबा, कलाबाई, पराग– सगळ्यांचे चेहरे आलटून-पालटून तिच्या पुढे येत होते.

नुसते चेहरे नाही. त्यांच्यावरचे भाव.

त्यांच्यावरचा तणाव.

एक विचित्र आगतिकता तिला जाणवत होती. असं आपल्याला काय होतंय तिला समजत नव्हतं.

कथा-कादंबरी वाचताना, सिनेमा पाहताना कुठेतरी आपण आपल्यालाच शोधतो आहोत असं तिला वाटत राहायचं. हा शोध इतका सूक्ष्म की, ती क्रिया आहे हे जाणवू नये.

डोळे मिटून ती संध्याकाळची सगळी घटनाच घेऊन बसली. हळूहळू एकेकाचा चेहरा ती तपासत असल्यासारखी. एकेका गोष्टीचा अन्वयार्थ लावायला निघाल्यासारखी.

समाधी लागल्यावर जेवढी एकाग्रता असेल, तेवढ्या एकाग्रतेने ती त्या

सगळ्या मालिकेला छेदत होती.

कोणाचाही चेहरा घुसल्यासारखा मध्येच डोकावत होता त्यांच्या भावनेसह. सत्य भावनेसह.

मग आजी.

हतबल, रडणाऱ्या. तोंडात पदराचा बोळा दाबून हे कुणाला न ऐकू जावं याची काळजी घेत, मोकळं होता येत नाही हे नकळत जाणवून देत मोकळं होणाऱ्या.

आणि कलाबाई.

कलाबाई?

मानसी दचकली. कलाबाईच्या चेहऱ्यात तिला स्वत:चा चेहरा दिसला.

दुसरी स्त्री.

स्वत:ला पत्नी मानणारी 'दुसरी स्त्री.'

त्रिलोकची दुसरी पत्नी.

आजीसारखीच दुखावली जाऊ शकेल त्याची बायको, तशीच घुसमट होईल तिची. तशीच खोटी खोटी चांगली वागेल. तसाच राग मनात ठेवून दु:खी होईल. तशीच आक्रोशून आक्रोशून रात्री जागून काढेल–

माझ्याचसारखी?

सध्या मी काढते तशी?

पिळून पिळून निघते आतून मी. रडं आवरताना कोंडलेला श्वास सुटत नाही आवाज फुटू नये म्हणून कण्हल्यासारखे हुंदके फुटतात. ते दाबताना जीव घ्यावा तसे हात दाबून धरावे लागतात तोंडावर.

त्रिलोकची बायको.

दुसऱ्या कोणत्याही बाईचा हक्क नाकारणारी.

ठाम.

नकाराचा विश्वास मनात ठेवून वागणारी.

मग ते दोघेही थकतील एक दिवस.

आजी-आजोबांसारखे

पण मी तरुण असेन. तेव्हाही.

कदाचित कलाबाईसारखीच सगळ्या अडचणींवर, माणसांवर समाजावर मात करून–

सगळ्यांना पुरून उरल्यासारखी?

शेवटी

अगदी शेवटी.

जगणं संपून गेल्यासारखं झाल्यावर.
जगण्याची ऊर्मी, आनंद संपून गेल्यावर?
उरलेल्या शिळ्या आयुष्याला घेऊन जगायचं.
तेही 'पहिलीला' दु:खी करीत.
माझी सहानुभूती कुणाला आहे?
आजी? की कलाबाई?
उत्तर : आजी.
म्हणजे दुसरी, कायम दुसरी. दुखरी.
दुखरी. ठसठसणारी.

मानसीच्या नकळत तिच्या डोळ्यांतून ओघळणाऱ्या अश्रूंवर आजूबाजूचा अंधार परावर्तित होत होता.

तीन दिवसांनी आई आली. मनोजही आला.

घरातलं वातावरणच बदललं.

दोघी आईच्या गळ्यात पडल्या. मानसीकडे पाहता पाहता आईचे डोळे भरून आले आणि मानसीचेही.

"कशी आहेस?" ह्या तिच्या प्रश्नावर मानसी हसली.

"कशी दिसतेय?"

"ताईने छान काळजी घेतलीय." मनोज मागून म्हणाला. त्याच्याकडे तिघींचंही लक्ष गेलं नाही.

"तुम्ही चला. हातपाय धुवा. चहा टाकते. आता तेंच्या गावात तुमास्नी जाता यायचं नाई थोडा येळ." राधाच्या या म्हणण्यावर मनोज हसून 'हो रे बाबा' म्हणत आत गेला.

तो अंघोळ करून आला तरी या तिघी बोलतच होत्या.

"काकू, तुमचं पोट भरलंय, पण माझं काय? काही लाडूबिडू देता का?"

"लाडू? ऑफ ऑल द थिंग्ज?" मानसी खिदळत म्हणाली.

"आता लाडक्या लेकींना आणलंच असणार काहीतरी. कारण मला सारखं फोन करून विचारत होत्या, नक्की कधी निघायचं म्हणून. कदाचित काही सकाळी सुद्धा तयार केलेलं असायचं. मला तर खायला फार आवडतं, तुला माहितीच आहे. तुझ्या तब्येतीमुळे तुला पथ्यं असतील तर खाऊ नकोस."

"वा रे वा! म्हंजे आणलं कुणाला आणि अधिकार कोण सांगतोय–"

मानसीच्या या बोलण्यावर वृंदाने री ओढली.

"वृंदाताई तुम्ही खा. तुम्हाला आवश्यक आहे. मनूसारख्या नाठाळ बहिणीची

सेवा केलीय तुम्ही. बघा वाळल्या आहात. पण हिचं काय? अंथरुणावर पडून आणि इथल्या सुखसोयींनी चांगली फुगलीय.''

''मनोज.'' करीत मानसी उठली, खोट्या रागाने हात करीत. चार पावले चालली. भिंतीला धरून तिथल्याच खुर्चीत बसली. तिच्या चेहऱ्यावर वेदना नव्हती.

वृंदा पाहातच राहिली.

''ब्रेव्हो, मनू, तू चक्क काठीशिवाय चाललीस. बघ, मनोज आल्याचा परिणाम! म्हणून तुला म्हणत होते की मनोज तू लवकर ये.''

''मला बोअर झालं असतं. ही बाई अशी लोळत राहणार आणि मी विदुषकासारखी तिची करमणूक करीत राहणार. शिवाय ही आणि नेहा हे डेडली कॉम्बिनेशन जोपर्यंत होतं, तोपर्यंत मी दूरच बरा. या दोघी मला त्यांच्यात फक्त गरजेपुरतं घेतात, माहिती आहे?''

मानसी इतकी आनंदात होती की, संभाषणावर कशाही कोट्या करीत खिदळत होती.

वृंदा, राधा-लिंबाजी सर्वजण समाधानानं हा सोहळा पाहात होते.

त्या रात्री बहुतेक सगळेच बसले गप्पांना. अगदी झोपाळू लिंबाजीही. रात्रीचे दोन वाजून गेल्यावर आईने झोपण्याचा फतवाच काढला.

दोन दिवस कुठे उलटून गेले कळलं नाही.

हवेलीवरचा प्रसंग विसरल्यासारखा झालेला.

आणि सकाळी अचानक पराग आला.

उंचापुरा, धप्प गोरा, उत्तम दिसणारा, नाकीडोळी नीटस. त्याला पाहिल्यावर व्हरांड्यात बसलेला मनोज उठला. कुणीतरी ओळखीचं दिसतंय म्हणून.

''हॅलोऽऽ'' परागने हस्तांदोलनासाठी हात पुढे केला. गोंधळलेला मनोज ओशाळा झाला. हात मिळवला.

''वृंदाताई आहेत? मी पराग जहागीरदार. तुमचा शेजारी. भेटायला आलो.''

दारातून राधानं पाहिलं आणि आत वृंदाला कळवलं.

ओळख होताच मात्र मनोज आणि पराग असे बोलत होते जणू त्यांची पूर्वीची मैत्री आहे.

पराग बोलण्यात चतुर होता असं नाही, पण तो प्रामाणिक आणि पारदर्शक होता. मनोजही त्याच स्वभावाचा होता. फरक होता तो पूर्व-पश्चिमेचा. मनोजला पश्चिमी संस्कृतीचं आकर्षण नव्हतं. त्याच्या पिढीच्या मुलांपेक्षा तो एवढ्या बाबतीत वेगळा होता.

बोलण्याच्या ओघात परागने त्या दिवशीचा हवेलीतला प्रकार पुसून टाकला.

आजींची तब्येत चांगली असल्याचे सांगितले आणि बदल म्हणून सगळ्यांनी बाहेर जेवायाला जायची कल्पना काढली.

आई मागे हटली. ''मला जमायचं नाही हॉटेलमध्ये वगैरे'' या तिच्या नकाराला सगळ्यांनी खोडून काढले.

''माझी आई आणि अक्का येतेय, तर तुम्हाला काय हरकत आहे? आताशी ती वॉकर घेऊन चालतेय.''

''मग त्या कशा येणार?'' आईने विचारले.

''उघडच. वॉकर घेऊन येणार. आपण फरियाजला जाऊ.''

''पण तिथे तर डिस्को वगैरे आहे. खूपच पॉश आहे. आणि मी पण अशी– काठी घेऊन–'' मानसी निराश झाली.

''ओ कम ऑन, हनी. जे सुंदर असतं ते सुंदर असतं. शिवाय आपल्याला मनात ही खुणगाठ पक्की पाहिजे की माणसाचं मन चांगलं आणि भावना चांगल्या तर बाहेरून कसंही दिसलं तर कुठे बिघडतं?'' पराग म्हणाला.

''तिला ते बुकिश वाटेल. तुम्ही आदर्शवादी म्हंजे आयडियालिस्टीक आहात असं वाटेल. एवढे अमेरिकेत राहणारे पण बुरसटलेले आहात असं वाटेल. हो ना मनू?'' मनोज तिला खिजवत म्हणाला.

आई कौतुकानं म्हणाली, ''मुलं परदेशी गेली की पश्चिमेचे रंग घेऊन बिघडली असा जो समज आहे तसं नाही बरं– तुमच्याकडे पाहिल्यावर मला वाटलं होतं तसं–''

''आईऽऽ'' वृंदाला वाटलं आता आई काहीतरी स्पष्टपणे बोलायची.

''बोलू देत त्यांना. आय लाइक माय प्रेज. माझ्या मुलामध्ये मी बरेच संस्कार इनकलकेट करतोय. मुलगी मात्र ठार अमेरिकन आहे. आईसारखी. बट शी लाइक्स इंडियन फूड. थालीपीठ आणि भजी. ज्वेलरी आणि न्यू इंडियन ड्रेसेस. आपण कल्चरली इतके रिच आहोत–'' पराग म्हणाला.

''मग इकडे का नाही येत तुम्ही? म्हणजे तुमच्यासारखे. तोंडाने स्वदेशाची गाणी गायची आणि खिशाचा विचार मनात ठेवायचा.'' मनोज एकदम चिडून म्हणाला.

''यू आर राइट यंग मॅन. माझ्यापुरतं आय ॲम स्टक. हेलेना इकडे येत नाही. तिच्या फिल्डमध्ये ती मोठ्या हुद्द्यावर आहे. इकडे ती ब्रांच फ्लरिश झाली नाहीये. मी मुलांना सोडून एकटा राहू शकत नाही. सो? पण तुझ्या प्रश्नासारखा प्रश्न माझ्या मनात सतत आहे. उत्तर असं आहे की, आपल्या अनेक गोष्टी उत्तमच आहेत. पण त्याबरोबर आपल्याला अजिबात शिस्त नाही. आपण अत्यंत अप्रामाणिक आयुष्याचा स्वीकार केलाय.'' पराग

''तुम्ही अमेरिकन सोसायटीत बोलल्यासारखं बोलताय. आपण करप्ट आहोत. भ्रष्टाचारी–'' मनोज.

"सगळे नाही." पराग.

"उघडच, पण मॅक्सीमम." मनोज म्हणाला, "भारतीयांच्या अवगुणांची एक मोठी लिस्ट आहे. आपल्या नैतिक कल्पनाही तशाच करप्ट आहेत."

"आय ॲग्री कंप्लीटली वुइथ यू."

"आय डिटेस्ट इट. एकीकडे परंपरेच्या रिच्युअल्सना, कर्मकांडांना चिकटून राहायचं. दुसरीकडे चोरून, पडद्याआड मनासारखं जगायचं. मग ती कामाची जागा असो की सेक्स."

मनोजचा इशारा मानसीकडे चाललाय, हे लक्षात येऊन वृंदाला वाटले हे संभाषण पुरे. लागलीच तिच्या मनात आलं हवेलीत तरी कुठे वेगळी परिस्थिती आहे? परागला हा धागा जाणवला असेलच. पण तो ज्या पद्धतीनं हा सगळा प्रकार हँडल करतोय त्यावरून तो निश्चित मॅच्युअर आहे. जग पाहिलेला माणूस आहे. दोन्ही जगं.

"एऽ डिस्कशन पुरे मनोज. त्यांना त्याची सवय नसेल. इथे आपण सकाळी पेपर वाचनापासून राजकारणावर चर्चा सुरू करतो."

"मला आवडतं बोलायला. ऐकायलाही. मी तिथे महाराष्ट्र मंडळाचा सेक्रेटरी आहे. खूप ऐकलं की एनरिच होतो माणूस. शिवाय इथे आल्यावर मित्र भेटले की गप्पा होतात. एरवी आमच्या हवेलीत बोलणार किती आणि कोणाशी? यावर्षी तुम्ही सगळे भेटलात, आय ॲम व्हेरी हॅपी."

"बॅक टू दि पॉईंट. उद्या आपण हॉटेलात जाऊ. ॲक्च्युअली रिसॉर्ट आहे तो. सगळ्या गोष्टी आहेत. थोडं पोहता येईल. अर्थात मी उत्तम पोहणारा नाही, पण डुबक्या मारू शकतो." पराग म्हणाला.

"आम्हां म्हाताऱ्यांना करमेल असं पाहा. तुम्ही नाचाल तोवर ठीक आहे. इकडेतिकडे गेलात तर आमची पंचाईत!" आई गमतीने म्हणाली.

"मी आहे ना तुमच्या बरोबर. सगळ्यात मोठी म्हातारी–" मानसी म्हणाली.

तिच्याकडे साफ दुर्लक्ष करीत पराग म्हणाला, "फोर ओ क्लॉक, टुमारो. लेट्स हॅव फन."

"फरियाजला असा क्राऊड फारसा मिळाला नसेल." मानसी हॉटेलमध्ये पोचताच म्हणाली.

"असा म्हणजे?" पराग गोंधळला.

"दोन लंगडे, चार म्हातारे, दोन खेडूत आणि तीन तरुण." मानसीची आई हसत म्हणाली.

"पण आजी नाहीत लंगड्या. तूच आजारपण धरून बसली आहेस."

"तुम्ही एकदम बऱ्या व्हाल. पूर्वीसारखं चालाल. पण डोक्यात लंगडेपणा भरला तर बुद्धी लंगडी होते बरं का. पण तीही सुधारेल."

"सुधारायला लागल्यात दोघी. त्याशिवाय का इथे आल्या?" आजोबा चांगल्या मूडमध्ये होते.

"मला तर वाटलं हे येणारच नाहीत. पराग आला की बळजबरीनं घेऊन येतो. एरवी आम्ही राहतो इथं, पण हॉटेलचं तोंड पाहात नाही." आजी.

"थोडं बाहेर पडायला पाहिजे. बदल होतो." आई.

मनोज त्यांच्या मागे होता. म्हणाला, "आज किती चांगल्या दिसताय तुम्ही सगळ्या. कलामावशी तर लग्नाला आल्यासारख्या सजल्यात. आज काही लोकांचं खरं नाही."

"गंमत करतो का रे म्हाताऱ्यांची?" आजी हसत म्हणाल्या.

वातावरणात प्रसन्नता होती.

"आपणच सगळ्यात आधी आलेलो दिसतोय." आई साशंक होत म्हणाली.

"आत चला. इथे चोवीस तास लोकांची चहलपहल असते. मुंबई-पुण्याहून रिलॅक्स व्हायला लोक येतात. मजेत चार दिवस राहतात. आजकाल महाबळेश्वरला रेट्स वाढलेत आणि रिझर्व्हेशनचे वांधे. त्यामुळे इथं गर्दी वाढलीय. शिवाय हाय-वे वर. क्विकली परत जाता येतं. एकदा इथे आलं की अंडर वन रूफ सारखं सगळं ॲव्हलेबल."

"चांगली माहिती आहे तुला. नेहमी येतोस वाटतं?" आजींच्या मागून येणाऱ्या कलाबाई म्हणाल्या.

हळूहळू सरकणारा सगळा जथ्था रिसेप्शन हॉलमध्ये थांबला. आजी, मानसी झटकन सोफ्यात बसल्या. गोल उभं राहून आता काय करायचं, यावर विचार सुरू झाला.

आधी आजूबाजूला चक्कर मारायची. मग गेम्स खेळायला जायचं. हे ठरलं.

मानसीबरोबर पराग आणि म्हाताऱ्यांबरोबर मनोज आणि लिंबाजी ही वाटणी आपोआप झाली.

वृंदा, पराग, राधा आणि मानसी हॉटेल पाहून झाल्यावर बाहेर आल्या. आजूबाजूला डोंगर, स्वच्छ हवा आणि हिरवीगार वनश्री. प्रसन्न चित्तानं भरलेली मनं. बाहेर पडल्याचा आनंद सगळ्यांच्या चेहऱ्यावर आणि वृत्तीत होता.

"फारच छान वाटतं, नाही?" वृंदा म्हणाली.

"तुम्ही आलाच असणार इथे. इकडून एक वाट आहे. पायवाट. तिकडून डोंगरावर जाता येतं. आम्ही लहानपणी इथल्या आजूबाजूच्या डोंगरांवर जायचो. चोरून. कारण माझ्या आईला भीती. इकडून रस्ताही तसा चांगला आहे. वर एक छोटं देऊळ आहे." पराग सांगत होता.

"कसचं देऊळ?" राधा नकळत बोलली.

"कुठलंतरी असेल बुवा. छोटं देवळीच्या आकाराचं आहे. मूर्तिबिर्ती नाहीये. अ स्मॉल, रिमोट वर्शिप प्लेस प्रॉबेबली. असं बऱ्याच डोंगरांवर आहे." पराग

"वरून किती छान दिसेल ना?" मानसी म्हणाली.

"आयडिया," म्हणत पराग वळला. "हे झाल्यावर आपण टेरेसवर जाऊ. तिथून व्ह्यू सुंदर दिसेल."

"इथून खंडाळ्याला जाऊन निसर्गाचा आनंद घेणारे लोक आहेत." वृंदा

"पिकनिकला येतात." मानसी

"आधी लई चांगलं होतं. झाडीबी दाट होती. पायी एकट्यानं डोंगर पार करता यायचा नाही. आता लई लोक झाले. उगं मुंग्यावानी झालंय." राधाला संभाषणात रस होता.

लिफ्टने सगळे वर गेले.

थोडा वेळ कोणी बोलले नाही.

गार वारा, दुरून येणारे हाय-वेवरच्या गाड्यांचे आवाज, वर खुलं आकाश.

तिथून ते व्हिडीओ गेम्स रूममध्ये गेले. आतले लोक कुतूहलानं या संमिश्र जथ्थ्याकडे पाहू लागले. पराग आता आजीसोबत झाला. मानसीला मनोजने एका व्हिडिओ गेमवर बसवले. तोही तिथे बसला. वृंदा एका व्हिडिओ गेमवर बसली. सगळे हसत होते. आनंदात होते. तोवर पराग कलाबाईंना एका यंत्रावर घेऊन गेला. सगळे खेळण्यात दंग झाले.

दीड-दोन तास त्या हॉलमध्ये कसे निघून गेले, कुणाला कळलं नाही.

तेवढ्यात मोठा खळखळ आवाज झाला. नाणी पडल्याचा. सगळा हॉल त्या दिशेने पाहायला लागला.

कलाबाईंच्या यंत्रातून नाणी खळखळत बाहेर पडली.

सगळे हसायला लागले.

"लकी डेम!" पराग ओरडला. खाली वाकून त्यानं कलाबाईंच्या गालावर गाल टेकवला.

आजींच्या चेहऱ्यावर वेदनेची रेष उमटलेली आईच्या नजरेतून सुटली नाही. मानसीच्याही.

"कला नेहमीच नशीबवान ठरलीय." आजी आईचे लक्ष आहे हे जाणवल्यामुळे काहीतरी बोलायचे म्हणून म्हणाल्या.

"खेळायचं आणखी?" पराग कलाबाईंना विचारत होता. त्या 'नको-नको' म्हणत नाणी गोळा करीत होत्या.

''अग खेळ ना! अजून मिळेल जॅकपॉट.'' पराग म्हणाला.

''एकदा एवढा मोठा फायदा झाल्यावर दुसरा गेम खेळायची गरज काय?'' कलाबाई म्हणाल्या.

आईकडे पाहात उपहासगर्भपणे, पण आबासाहेबांना ऐकू जाईल अशा आवाजात आजी म्हणाल्या, ''ते कलाच्या जीवनाचं तत्त्वज्ञान आहे. एकच मोठा हात मारायचा. आयुष्यभर पाहायला नको.''

आबासाहेब खिडकीकडे तोंड करून पाहू लागले.

बाहेर आता अंधार साचला होता. हॉलमध्ये लाईट असल्यामुळे वेळेचा अंदाज येत नव्हता.

''पावणेआठ होऊन गेलेत.'' कुणीतरी बोललं.

सगळे जेवायच्या हॉलकडे आले. स्वच्छ हॉल, मंद दिवे, नीटस लावलेली शिस्तबद्ध टेबल्स. छोट्या-छोट्या फ्लॉवर-पॉटमध्ये ठेवलेलं एखाद-दुसरं फूल.

सगळे टेबलकडे जायला लागले तसं वृंदा म्हणाली, ''अगबाई, राधा न् लिंबाजी?''

मनोज, पराग जाऊन त्यांना घेऊन आले.

राधा, लिंबाजी संकोचून गेलेले दिसत होते.

''आमी जेवू ना घरी.'' ते बोलले.

''अरे वा! आलात आमच्याबरोबर आणि जेवणार घरी? माझं नाव या पंचक्रोशीत बदनाम होईल. होय ना आबासा? खरं तर आपणही माळीबाबाला आणायला पाहिजे होतं. त्यांनाही पाहता आलं असतं. बसा.''

आबासाहेबांच्या आणि कलाबाईंच्या चेहऱ्यावर नापसंतीची झाक स्पष्ट होती.

त्या दोघांनीही कोपऱ्यातलं दोनजणांचं टेबल घेतलं. जवळच वृंदा, मनोज, मानसी, पराग बसले. दुसऱ्या टेबलवर वयस्क मंडळी.

मानसीचं टेबल होतं तिथून जाणारे-येणारे दिसत होते. बाजूच्या पूर्ण काचेतून खालचा स्विमिंगपूल, समोरचा रस्ता आणि डोंगर.

''सुंदर जागा मिळाली. आय लव्ह टू वॉच पीपल.'' मानसी म्हणाली. ''परागदादा तुम्ही आम्हाला आऊटिंग दिल्याबद्दल थँक्स.''

''वेलकम. आहे इथे तोवर पुन्हा जाऊ कुठेतरी. पण एका अटीवर.''

''कोणती?'' मानसी भांबावली.

''असं दादा वगैरे म्हणायचं नाही. तुला पाहिजे तर मनोजला म्हण-'' पराग हसायला लागला.

''माझे चान्सेस का मारतो भाऊ?'' म्हणत मनोजही हसायला लागला.

जेवण सुरू झालं.

एकाएकी मानसीचा हात खाताना थांबला.

तिच्या हाताची थरथर वृंदा आणि मनोजने एकाच वेळी पाहिली. त्यांनी पाहिलं तिचा चेहरा पांढरा फटफटीत पडलाय. वृंदा घाबरली.

"मनू, काही त्रास होतोय का तुला? काय होतंय?" वृंदा उठली.

मनू - मनू म्हणत तिला थोपटू लागली.

"किती घाम येतोय तुला! दवाखान्यात जायचं का? मनोज–?" तिला काय करावं कळेना. खाणं सुटून गेलं.

मानसीचा चेहरा घामानं भिजला होता. डोळे पाण्यानं डबडबले होते.

"मी पाहतो काही मेडिकल मदत मिळते का.." म्हणत पराग काऊंटरकडे गेला.

मानसीने वृंदाचा हात घट्ट धरला. तेवढ्यात मनोजचे लक्ष मानसी पाहात होती त्या दिशेला गेले.

"त्रिलोकसिंग–" तो वृंदाला म्हणाला.

शॉक बसल्यासारखी वृंदा ताठ झाली.

दहा-पंधरा फुटांवर तीनजण उभे होते.

पॉश. सॉफिस्टिकेटेड. दिमाखदार. डोळ्यांनाच श्रीमंत वाटावेत असे.

त्रिलोकसिंग– उत्तम शरीरयष्टी, उंच, डोक्यावर भरपूर चमकते केस. लांब हात. त्याच्या अंगावर उंची सूट होता. त्याचं मानसीकडे लक्ष नव्हतं. त्याचा चेहरा बाजूनं दिसत होता.

उभ्या उभ्या हातात पेयाचे पेले घेऊन ते बोलत होते. थोड्या वेळानं कोणीतरी बाहेर बोलावलं. तिघांनी त्याला पाठमोरं जाताना पाहिलं.

सगळा आनंद कुठल्या कुठे गायब झाला.

मानसीचा चेहरा अश्रूंनी भरला होता. काही न बोलता दोन्ही हात तिनं घट्ट गुंतवले होते.

मनोज आणि वृंदाला काय करावं, कळत नव्हतं.

हे इतक्या वेगानं घडलं की पलीकडच्या टेबलवर बसलेल्यांना पराग परतल्यावरच कळलं.

"ठीक आहे आता ती." वृंदा म्हणाली. "उगाच धावपळ झाली तुमची."

"इथे ऑन कॉल डॉक्टर आहे. दहा मिनिटांत येईल." पराग म्हणाला.

त्याला अपराध्यासारखं झालं होतं.

तोवर आई आणि कलाबाई तिथे आल्या.

"मी जरा जास्तच उत्साह दाखवलाय बहुधा. आय थॉट यू ऑल नीडेड अ चेंज. बट आय थिंक शी हॅज नॉट रिकव्हर्ड फुल्ली."

“प्लीज परागदादा.” मनोज म्हणाला. “यात तुझी चूक नाही. तिला थोडा त्रास झाला खरा. पण आता ठीक आहे. चला, जेवण उरकू.”

पण जेवणात तिघांचं लक्ष नव्हतं.

रिसेप्शनकडून परत येताना परागनं हे पाहिलं होतं की वृंदा आणि मनोज त्या त्रिकुटाकडे बघताहेत.

खोलीत गेल्यावर मानसीचं इतकावेळ आवरून धरलेलं रडू फुटलं. घाईनं ती बाथरूममध्ये गेली. हमसाहमशी रडायला लागली. किती वेळ, तिला कळलं नाही.

“मनू, आर यू ऑल राईट?” दारावर टकटक. पाठोपाठ मनोजचा आवाज.

तिनं बेसीनवरच्या आरशात पाहून चेहरा ठाकठीक केला.

ती बाहेर येताच मनोज तिच्याकडे शोधक नजरेने बघत म्हणाला, “तू रडते आहेस. मनू, यू आर अ फूल. तू का रडतेस? त्याला तिथे पाहून तुला नक्की धक्का बसलाय. आम्हाला सुद्धा. वृंदाताईंनी पाहिलं त्याला. मगरूर आहे. इथं आला तर आधी तुला नको भेटायला? ही वृत्ती गुन्हेगाराची आहे. तसल्या माणसासाठी रडू नकोस. प्लीज.”

ती नुसतीच मान हलवत होती. कशासाठी, तिला कळत नव्हतं. आणि डोळ्यांतलं पाणी थांबत नव्हतं.

तशाही स्थितीत तिनं दरवाजाकडे हात केला. जाणून मनोजने दार लोटले.

तिचा संयम संपला.

“कधी आलाय तो इथे? कळवलं नाही. पंधरा-वीस दिवसांपूर्वी स्वित्झर्लंडला होता. इथे कशाला आलाय, कोण जाणे! बट ही डिड नॉट बॉदर टू फोन मी मनोज. आफ्टर ऑल, व्हॉट आय वेंन्ट थ्रू! वेंट थ्रू– फॉर हिम. फॉर हिज लव्ह. साधा फोन नाही रे केला.”

ती रडत बोलत होती. डोळे पुसताना ती गदगद हलत होती.

मनोजने तिला जवळ घेतले. तिच्या केसांवरून लहान मुलाला थोपटावे तसा हात फिरवू लागला. न बोलता.

आवाज न करता वृंदा आत आली.

हातातली गोळी तिने मुकाट मानसीसमोर धरली. तिने नुसतेच पाहिले. वृंदाने मान किंचित हलवल्यासारखे केले.

मानसीला झोप लागेतो मनोज तिच्या उशाशी बसून राहिला.

घरात कुणी कोणाशी बोलत नव्हतं.

आईला अंदाज आला होता. न बोलण्याचं तिनं ठरवलं होतं. बऱ्या होऊ लागलेल्या मानसीला असा धक्का कुणालाच अपेक्षित नव्हता.

सकाळी सहाला राधा आली तेव्हा मंडळी उठलेली नव्हती. वृंदाला तिनं उठवलं. आई आरामखुर्चीतच झोपली होती. मानसीच्या कॉटपाशी चटईवर मनोज.

न बोलता राधा चहाच्या तयारीला स्वयंपाकघरात गेली.

"फालतू माणूस! इथं कशाला मरायला आला देव जाणे!" ती मनोजला म्हणाली.

"तिनं त्याला पाहिलं, पण त्यानं पाहिलं असं वाटतं तुम्हाला?" मनोजने विचारलं.

"पाहिल्यावर येऊन भेटायला नको होतं?" वृंदा

"पण आपण सगळे होतो म्हणून नसेल आला. किंवा त्याच्याबरोबर इतर लोक असतील." मनोज.

आई आली. दोघं गप्प झाले.

"तुम्ही बोलायचं थांबल्यानं मला कळायचं थांबणार नाही. मी पाहिलं त्याला. कदाचित तुमच्याआधीच. टेरेसला जाण्यापूर्वी. स्विमिंगपूलवर चालला होता. धस्स झालं मला. पहिल्यांदा तर वाटलं की भास झाला. तो कशाला इथं येईल? पण नंतर मनूची स्थिती पाहिली तेव्हा खात्रीच झाली. निर्लज्ज माणूस. दवाखान्यात आला नाही. झाल्या गोष्टीचा खेद नाही. माफी मागणं नाही. उलट त्याचा तो मॅनेजर पैसे द्यायला आला होता तुम्ही गेल्यावर. आणि दोनदा पोलीस येऊन गेले घरी."

"पोलीस?"

"अपघाताच्या चौकशीसाठी! पहिल्यांदा तर मी एकटीच होते. त्या इन्स्पेक्टरनं प्रश्न विचारायला सुरुवात केल्यावर लाजेनं अर्धमेली झाले होते. नशीब 'हे' घरी नव्हते. पोलिसच ते. कातडी सोलून काढायला निघालेले. त्यांचा-आपला संबंध काय, आपलं नातं काय, मानसी त्याच्याबरोबर कशी, हजार प्रश्न. जीभ नसल्यासारखं झालं होतं माझं. माझा भाचा आहे तो– म्हटल्यावर फिस्सकन हसला होता तो. 'महाराष्ट्रीयन बाईचा पंजाबी भाचा' म्हणत थुंकला होता. काय काय नाही सहन करावं लागलं! मनूनं फार वाईट दिवस दाखवला. आपल्या बिल्डिंगमध्ये पोलीस पाहिल्यावर आजूबाजूचे तल्लख लोक पाहायला. मोठा तमाशा. घराबाहेर तोंड काढायला नको वाटत होतं."

"तू काही बोलली नाहीस?" वृंदा अस्वस्थ झाली.

"काय बोलू? तुला काळजीत टाकू? इथे तू एकटी. पुरुषमाणूस नाही. त्यांना मनू कुठे, हे पाहिजे होतं आणि त्यांनी इथे येऊ नये म्हणून माझ्या जीवाची तडफड! नंतर मी खालच्या वॉचमनला सांगून ठेवलं होतं. चांगला बिचारा! आपल्याला भली माणसं म्हणून ओळखतो. त्यानं आपली परिस्थिती ओळखली. एकदा आम्ही घरी नाही, कुलूप आहे सांगितलं. धाडस त्याचं. ते पोलिसही त्याच्यावर विश्वास ठेवून

वर आले नाहीत. आणि पुन्हा एकदा आले तेव्हा खालूनच मला फोन करून कुलूप लावून शेजारी बसायला सांगितलं. सगळंच इतकं विचित्र. आणि मनावर सतत ताण. तुझ्याकडे फोन केला तरी वाटायचं, पाळत ठेवून कुणी टॅप करतील. आपला काही दोष नाही. पण ड्रायव्हर मेला आणि मला वाटतं गाडीखाली कुणी गेलंय– इतकं ताणाखाली चाललंय सगळं. बाबा तर तुला माहितीच आहेत. तोंड उघडायची सोय नाही. बोलायला गेलं की इतके जोरात अंगावर येतात, जसं मीच मनूला हात धरून तू हे कर असं सांगितलंय. जशी ह्या सगळ्याला मीच कारणीभूत आहे. दोन माणसं घरात, पण संवाद नाही. स्मशान शांतता. कधी कधी वाटतं असं आयुष्य जगण्यापेक्षा मरून जावं. कुठल्या पापाचं फळ मिळतंय देव जाणे–'' बोलता बोलता आई रडायला लागली.

मनोज झटकन उठला. आईच्या समोरच्या खुर्चीत बसला. तिचे दोन्ही हात हातांत घेतले.

''रडू नका मावशी. प्लीज. बघा सगळं ठीक होईल.''

वृंदाही आली. तिच्याभोवती मिठी घालत लेकरासारखं तिला जवळ घेतलं. तिला थोपटत म्हणाली, ''सगळं ठीक होईल. आता मनूही खूप चांगली आहे. तो माणूस काय त्रास देणार? आपण सांभाळून घेऊ.''

कुणाचंही लक्ष नव्हतं. मानसी दारापाशी सगळं ऐकत उभी होती.

जेवणं झाली.

राधा तिच्या खोलीत गेली.

दोन-अडीचचा सुमार. समोरच्या फाटकापासली गल्लीतली कुत्री भुंकायला लागली म्हणून लिंबाजी गेला.

दारात लांबलचक, चकचकीत गाडी.

त्यातून कडक इस्त्रीचे पांढरेशुभ्र कपडे घातलेला शोफर उतरला. दाराकडे आला.

''मेमसाहेब आहेत?''

लिंबाजीची मान हलली. आपोआप.

तो घराकडे धावला.

वृंदा दारात येऊन उभी राहिली.

दमदार पावलं टाकीत, सुडौल त्रिलोकसिंग येत होता.

वृंदाला राग यायच्या आधी दरदरून घाम फुटला.

'आईऽऽ' ती क्षीण आवाजात म्हणाली, ''मनोज–''

तिच्या आवाजाचा कंप दोघांनाही जाणवला.

तिघांनीही त्याला ओळखलं.

त्यांच्या शरीराची भिंत तयार झाली.

त्रिलोकसिंग दाराशी पोहोचताच वृंदा ओरडली,

"इथे कशाला आलास? व्हाय हॅव यू कम?"

"अँड हाऊ डेअर यू?" मनोज म्हणाला.

त्रिलोकसिंगला हे स्वागत अपेक्षित असावे.

शांतपणे त्याने मागोमाग आलेल्या ड्रायव्हरला आणि लिंबाजीला तिथून जायची खूण केली. त्याच्या व्यक्तिमत्त्वाचा प्रभाव असा होता की, लिंबाजी जायला निघाला.

"थांब लिंबाजी." वृंदा कडक आवाजात म्हणाली. "तुला जायची गरज नाहीय. उलट हेच जाणार आहेत. त्यांच्यामागे फाटक लावून घे."

तिचा रुद्रावतार पाहून लिंबाजी भांबावून उभा राहिला.

"प्लीज, माझं ऐका. मी मानसीला भेटायला आलोय. आय मीन नो हार्म टू हर. ऑनेस्टली. लेट मी मीट हर वन्स. ती कशी आहे? मी कन्सर्नड आहे." त्रिलोकसिंग स्वच्छ, सभ्य भाषेत म्हणाला.

आई भडकली. तारस्वरात ओरडली,

"वा, वा! याला किती काळजी आहे! आत्ता येतोय. घेऊन जाताना आला नाही विचारायला. घोडमा मेला! अरे, माझी मुलगी लहान आहे, पण तू तर मोठा होतास. तिचा घास घेताना थोडीही लाज नाही वाटली तुला? आम्ही काय घोडं मारलं होतं म्हणून एखाद्या सापासारखा घरात शिरलास. काय अवस्था केलीये माझ्या पोरीची? आणि स्वत: धडधाकट मजा मारत हिंडतोय! बेशरम, नालायक–"

आता मनोज मध्ये पडला. आईचा थरकाप होत होता. त्यानं आईला धरलं.

"तुम्ही शांत व्हा. आत जा. आम्ही बघतो–"

"कोण काय बघणार? या निर्लज्ज माणसाला कोड्यानं फोडलं पाहिजे. फाशी दिली पाहिजे."

त्यांना बळेनं मनोजनं वळवलं. मधल्या दारात चौकटीला धरून मानसी उभी होती. तिचे डोळे डबडबलेले होते.

काय करावं, हे मनोजला कळेना. त्यानं वृंदाच्या दंडाला स्पर्श केला.

वृंदाने मानसीला पाहिलं. ती कडाडली, "आत जा गं. झाला तेवढा तमाशा पुरे!"

अगतिक, लाचार चेहऱ्याने मानसी उभी होती. ती जागेवरून हलली नाही. मदतीसाठी ती मनोजकडे पाहात होती. तिचा चेहरा असा होता की तिघांच्या मनात दया उत्पन्न झाली.

"आई, तुम्ही आत जा. मी बघतो. वृंदाताई त्यांना आत येऊ दे. एरवीही बाहेरच्यांसाठी नसती उत्सुकता नको."

एवढ्या मोठ्या उद्रेकानंतरही त्रिलोकसिंग शांत उभे होते. फक्त खाली मान घालून.

सगळे बाजूला झाले. त्यांना आत येऊ दिलं.

कुणी बसाही म्हणालं नाही.

मानसीने पुन्हा मनोजकडे पाहिलं.

त्याने त्रिलोकसिंगला बसवलं. वृंदा दारात उभी राहिली. त्याने आत जाऊन दोन ग्लास पाणी आणले. एक ग्लास मानसीला दिला आणि तिच्याजवळ उभा राहिला.

"प्लीज बी सीटेड." त्रिलोक मानसीला म्हणाले.

मनोजने दंडाला धरून तिला खाली बसवले.

त्रिलोकसिंगने मनोजकडे पाहिले. आर्जवी आवाजात ते मनोजला म्हणाले, "प्लीज, कॅन वुई टॉक अलोन?"

"नाही." ठाम आवाजात वृंदा मागून म्हणाली. "काय बोलायचं, ते आमच्या समोर."

मानसीचा जीव तडफडला. ती त्रिलोकशी बोलायला कासावीस झाली होती. त्याला रागवायला. जाब विचारायला. तिनं मनोजचा हात किंचित दाबला. तिचा स्पर्श पुरेसं सांगत होता.

"वृंदाताई, आपण त्यांना थोडा वेळ द्यायला हवा." तो म्हणाला. तिच्याजवळ जात कानात कुजबुजला, "त्याला नाकारायचं झालं तरी ते ती आपल्यासमोर कसं करेल?"

कळल्यासारखी वृंदा आत गेली. पाठोपाठ मनोज.

क्षण-दोन क्षण मानसी-त्रिलोक स्तब्ध होते. मानसीचं हृदय एवढं धडधडत होतं की, तिला वाटलं ते छाती फोडून बाहेर येईल. डोळ्यांतल्या पाण्यानं तिला समोरचं दिसत नव्हतं. कानात जोरजोरात आवाज येत होते.

"मानू," त्रिलोकचा मधात भिजलेला आवाज आला. "आय ॲम एक्स्ट्रीमली सॉरी. मेरे पास वर्ड्स नहीं है। आय ॲम अशेम्ड्. रीयली अशेम्ड. बिलीव्ह मी. तुला मी चांगला माहिती आहे. आय वॉंटेड टू कम. सच मे मै आना चाहता था। पर मेरा फ्रॅक्चर और तबियतके हिसाबसे नहीं आ सका."

"फोन सुद्धा नाही? तरीही विश्वास ठेवू? कशावर विश्वास ठेवावा तेच कळत नाहीये. आय ॲम शुअर की, तू फोन तर करूच शकत होतास."

"मानू, माझ्या आजूबाजूला सारखी माणसं होती. त्यांच्यासमोर कसं करणार?"

"का? प्रेम करायला लाज वाटली नाही. मला घेऊन फिरताना लाज वाटली नाही. मग फोन करताना का वाटली? बरोबर आहे. चोरून करत होतास ते सगळं!

स्वत:चा आब राखून. प्रतिष्ठा सांभाळून. ती प्रतिष्ठा धुळीला नसती मिळाली? खेळ वाटला तुला. नाही का? माणसाच्या मनाशी खेळतोय हे कळलं नाही? पण तुला कसं कळेल? बॅलन्सशीटवर नफ्यातोट्याचा हिशेब करणार तू! तुला माणूस ही कमोडिटी वाटते. फायद्यासाठी वापरलेली!''

मानसी तळमळून म्हणाली.

''म्हटलं ना सॉरी म्हणून–''

''संपलं? एवढंच? गेले तीन महिने इथे भाजीसारखी सडत पडलीय मी. यावंसं नाही वाटलं? स्वित्झर्लंडला बरं जावंसं वाटलं? रात्रं-दिवस माझ्या शेजेला राहिलास– यू स्लेप्ट वुईथ मी– डॅम इट. आणि आठवले नाही मी तुला?''

तिचा स्वर उपरोधिक झाला, ''बरोबर आहे. कशी आठवणार? मी एकटी थोडी आहे? अशी अनेक 'प्रकरणं' असतील तुझी! कुणाकुणाची आठवण ठेवशील?''

''बोलो तुम। मै इसी लायक हूँ। अपने मन की भडास निकाल लो। पण आय लव्ह यू. बिलीव्ह मी. फक्त तुझ्यासाठी आलोय इथे. तुला भेटायला.''

''अस्सं? मग कालच का नाही आलास? एखादा प्रेमासाठी पळत आला असता– पण रात्रीची पार्टी झाल्याशिवाय कसा येणार? हे प्रेम तुझं! सोयीचं!''

''तू समजून घे. तिथे दुसऱ्या कंपनीचा मालक भेटला मला. इनव्हाइट केलं. उगाच वैताग नको म्हणून मी थांबलो. अँड देन आय सॉ यू.''

''मग आला नाहीस? मला पाहून तुला लांब थांबता आलं? हाऊ क्वियर! उलट मला पाहून तू निघून गेलास.''

''नाही. नाही. आय वॉज कॉल्ड आऊट. बाहेर मला बोलावत होतं कुणीतरी. परत आलो तर तुम्ही गेलेला होता.'' त्रिलोक तिला समजवायचा प्रयत्न करीत होता.

''पाऊण तास होतो नंतर आम्ही तिथे. डोंट बुलशीट मी!''

मानसी त्याच्या चेहऱ्यावर सत्याचा शोध घेत होती.

''डार्लिंग–'' त्रिलोक तिच्या शेजारी येऊन बसला. तिने त्याचा हात झटकून टाकला. त्याने बळेनं तिला जवळ घेतले.

त्या स्पर्शासहित मानसीचं शरीर मोहरून आलं.

ती विरघळून गेली. नकळत तिचे हात त्याच्या गळ्यात पडले. भान विसरून.

''का नाही आलास राजा? का नाही आलास? मी धास्तावून, घाबरून गेले होते! असा जवळ असतास तर मी कधीच बरी झाले असते.'' तिच्या डोळ्यांतून वाहणारे पाणी थांबत नव्हते.

तेवढ्यात मागे खाकरल्याचा आवाज आला.

विजेचा झटका बसल्यासारखा त्रिलोक बाजूला झाला. तिच्याजवळ कुजबुजत म्हणाला, ''आय ॲम ॲट फरीयाज्. पण आज रात्री जातोय. तू मुंबईला आलीस

की कळव. वुइ विल गो टू सम डिस्टंट प्लेस. कुणाचा डिस्टर्बन्स नसेल. ओके? लवकर बरी हो आणि माझ्याकडे ये. आय ॲम डाईंग टू मीट यू. मिट यू. डू यू अंडरस्टँड व्हॉट आय मीन? आय मिस यू. तुझी किती आठवण येते, कसं सांगू? आय लव्ह यू, आय मिस यू.''

त्यानं कुणाला न कळेल या पद्धतीनं तिच्या ओठांवर ओठ टेकवले की, कुणाला दिसू नये. मग झटकन बाजूला होऊन बसला.

तेवढ्या एका गोष्टीनं मानसी हलली. मनातून तिला खात्री झाली की त्याचं तिच्यावर प्रेम आहे.

''तू येशील ना?'' त्याने विचारले.

''आय ॲम सो कन्फ्यूजड्. गोंधळून गेलेय मी.''

''टेक युवर टाइम. गेट वेल फर्स्ट. ओके! डोंट फरगेट आय लव्ह यू.''

''पुढे काय करणार आपण? असेच भेटत राहणार?'' तिने साशंक विचारले.

''सॉर्ट आऊट करू. खूप वेळ आहे. इतक्यात मी तरी कसं सांगू? पण आय डू लव्ह यू. अँड मिस यू ऑल द टाइम. एका कामात लक्ष लागत नाही.''

''आणि तुझी बायको?''

''व्हॉट अबाऊट हर? तिचं काय? तुला माहिती आहे मी तुझ्याकडे का ॲट्रॅक्ट झालोय! ती इतकी चांगली असती–''

त्याचा चेहरा पडला. मानसी अपराध्यासारखी झाली.

''आय ॲम सॉरी–'' ती पुटपुटली.

''इफ यू आर रीयली सॉरी, कम टू मी डिअर. आपण एकमेकांवर खूप प्रेम करू. मधला गेलेला पीरियड भरून काढू. आय विल टेक केअर. तुला काही त्रास होणार नाही. मी तुला काही कमी पडू देणार नाही. सॅटिसफाइड नाऊ? झालं समाधान?''

आपण सगळ्या गोष्टींना 'हो हो' करतोय हे मानसीला कळलंही नाही.

त्याच्या मऊ गोड स्वरात ती विरघळली. आधीचा संताप, त्याच्यावरचा राग वितळून गेला. त्याच्याबद्दलची ओढ पुन्हा उफाळून आली. त्याच्या स्पर्शासाठी ती आसुसली.

पुढे वाकून तिने त्याचे हात हातांत घेतले. दाबून धरले.

''जाऊ मी?'' त्याने अत्यंत मृदू आवाजात विचारले.

तिने नकारार्थी मान हलवली.

''कधीच नको जाऊस. कधीच नको.''

तिने त्याचे हात उचलून ओठ टेकले.

''वेडी!'' तो मायेच्या स्वरात म्हणाला, ''दॅट्स माय बेबी!''

तो गेला.

मानसीमध्ये नवजीवन अंकुरलं.

याची अजिबात कल्पना नसणारे तिघेही एकदम आत आले.

"गेला का?" आई तिरस्काराने म्हणाली. "आता काय बोलायचं होतं एवढं? जेव्हा पाहिजे तेव्हा तोंड नाही दाखवलं आणि अशा माणसाचं तोंडही पाहू नये खरंतर."

"मला तर वाटलं, लिंबाजीच्या हातून लाथाबुक्क्यांनी मारावं. हलकट मेला! केवढं धाडस त्याचं! इथे निर्लज्जासारखा आला. मला वाटलं, दोन तोंडात द्याव्यात. मनोज, तू म्हटला नसता तर घरात पाऊल ठेवू दिलं नसतं. विवेक पाहिजे होता. चांगला मिलिटरी खाक्या दाखवला असता." वृंदा म्हणाली.

"त्याला आत पाऊल ठेवू द्यायचं की नाही हा मनूचा निर्णय होता. तिनं आत येऊ दिलं. दारातूनच हाकलून देणं तिला शक्य होतं. तिचाच निर्णय–" मनोजचं वाक्य आईनं पुरं होऊ दिलं नाही.

"कशाचा निर्णय रे? एवढं तोंडाला काळं फासलंय तेवढं पुरे नाही झालं या कुलक्षणीला? थोडं बाबापुता केलं तुम्हाला की मनाला पाहिजे ते करता! आणि आता काय बोलत होती गं गुलूगुलू? का मागणी घातली त्यानं लग्नाची?"

ठाम डोळ्यांनी आणि मख्ख चेहऱ्याने मानसी बसून राहिली.

"कशाची मागणी घालतोय? तोंड पाहा त्याचं. आणि ही काय अंगवस्त्र म्हणून राहणार? तो पहिल्या बायकोला काय कड्यावरून ढकलून देतोय? घटस्फोट तर निश्चित देत नाहीये!" वृंदा वैतागाने म्हणाली.

आई मानसीजवळ गेली. काडकन तिच्या तोंडात दिली.

"मूग गिळे, कशाला धडपडला तो इथे?"

तिचा आवाज चढला होता. "आमची बेअब्रू केली तेवढी पुरेशी नाही? बोललीसच कशी तू? कानीकपाळी ओरडून सांगितलेलं समजत नाही? का राजरोसपणे तूच तशी वागतेस? आपलं नाणं खोटं– म्हणून तर त्याची हिंमत झाली."

"तो जाताना तू बोलवायला पाहिजे होतं आम्हाला." वृंदा म्हणाली.

"आपण त्यांना एकटं बसू द्यायलाच नको होतं. केवळ मनोज मध्ये पडला–" आई.

"मला वाटलं–" मनोज अडखळला. मग एकदम म्हणाला, "आपण भ्याड आहोत."

तो दिवस विलक्षण शांततेत गेला.

आतापर्यंत लिंबाजी-राधाला इतके दिवस काहीही माहिती नव्हतं. म्हणजे पूर्ण नाही. त्यांच्या अनुभवामुळे त्यांना शंका होत्या. पण त्रिलोकसिंगचं येणं आणि

घरातला ताण खूप काही सांगत होता.

मध्यरात्रीपर्यंत आई-मनोज-वृंदा मानसीला समजावून सांगत होते. ती काही बोलत नव्हती.

शेवटी त्रिलोकसिंग परत गेलाय एवढंच ती बोलली.

पण मानसी आनंदात होती.

मनात तरी.

वरवर ती काही दाखवत नव्हती.

सकाळी तिनं वृंदाला सांगितलं की तिला ब्युटीपार्लरला जायचंय.

''रितूज् म्हणून रितू मल्होत्राचं मोठं पार्लर आहे. ती चांगल्या ओळखीची आहे माझ्या. तिचे क्लायंट्स टॉप क्लासचे आहेत. आणि मुख्य म्हणजे अतिशय स्वच्छ आहे. मी पण येते तुझ्याबरोबर.''

वृंदाच्या म्हणण्यावर मानसी तयार झाली.

मनोजने कॉम्प्युटर सर्फिंगला जायचं ठरवलं. आईनं राधाबरोबर आजींना हवेलीवर भेटून यावं असं ठरलं.

दुपारी रोडवर जबरदस्त ट्रॅफिक होता. पण 'रितूज' थोडं आत होतं. वृंदाला पाहिल्यावर रितूनं तिची गळाभेट घेतली. मागून हळूहळू, काठी घेऊन येणाऱ्या मानसीला तिनं पाहिलं. पुढं होऊन तिलाही जवळ घेतल्यासारखं केलं. मग तिला खांद्याला धरून दूर धरल्यासारखं करीत तिनं मानसीला नीट निरखलं.

''हाऊ ब्यूटीफुल! किती छान तुझी बहीण! खूप दिवस झालेत ना फेशियल करून?''

''उलट सारखं फेशियलच चाललंय. फक्त ऑपरेटिव्ह, एवढाच फरक.'' मानसी म्हणाली.

''हुशार आहे. आर्किटेक्ट होतेय ना? वृंदा बोल रही थी।'' रितू

''ही टर्म गेली. शेवटचं वर्ष आहे. आता पुढच्या वर्षी.'' वृंदा म्हणाली.

''ठीक आहे. आयुष्य खूप मोठं आहे. एखाद्या वर्षानं काही होत नाही. तुम्ही थोडं बसा. मी आत एक क्लायंट करतेय, मग तुला घेते. जरा खास क्लायंट आहे. रीच अँड ब्यूटीफुल. यु नो व्हॉट आय मीन. आत दोन चेअर्स आहेत. तुला हाक मारते.'' म्हणत रितू आत गेली.

बाहेर दोघी बहिणी मासिकं चाळत बसल्या. वृंदा हळू आवाजात रितूबद्दल सांगत होती. आसामची राहणारी मुलगी मुंबईत आली शिकायला. पंजाबी पोराच्या प्रेमात पडली. आणि लग्न केलं. न शिक्षण, न घरची परिस्थिती आधार देण्यासारखी. ती पार्लरमध्ये नोकरी करायला लागली. तो एका हॉटेलमध्ये मॅनेजर म्हणून काम

करीत होता. त्या हॉटेलच्या किचनमध्ये सिलेंडरचा स्फोट झाला. त्याचे पाय आणि एक डोळा गमावला. नवरा गावी निघून गेला.

तिथून तिनं हे प्रशिक्षण केलं. इथे एका श्रीमंत बाईबरोबर आली. ती गेली तरी इथेच थांबली. पार्लर टाकलं. वाढवलं. आई-वडिलांना घेऊन आली. चार-पाच वर्षांपूर्वी नवरा आला होता, पण त्याच्याबरोबर राहायचं नाकारलं. स्वतःच्या पायावर उभी राहिली म्हणून वृंदाला फार आपुलकी वाटायची तिच्याबद्दल. म्हणून मानसीला ती इथे घेऊन आली.

''मानसी, आत ये.'' रितूचा आवाज आला.

मानसी आत गेली. खिडकीचा पडदा ओढलेला होता. खोलीत खूप कमी उजेड होता.

दोन भिंतींना दोन रीक्लाईनिंग खुर्च्या होत्या प्रशस्त. बाजूच्या खुर्चीत एक तरुण बाई झोपलेली होती.

''तुम्ही आरामशीर झोपा. डोळ्यांवर मी गुलाबपाण्याचे फाये ठेवलेत.'' रितू हिंदीत म्हणाली.

तिनं मानसीचं फेशियल सुरू केलं.

''तुला बरेच स्कार्स आहेत, पण नॉट टू वरी. मी व्यवस्थित करते मसाज. त्रास झाला तर सांग.''

एकीकडे ती सारखं बोलतच होती. दुसरी बाईही बोलत होती.

''आप बडे दिनों बाद आये– पहले जादा आना-जाना रहेता था।''

''हाँ, बहुत ज्यादा बिझी हो गये है। दो और कंपनीज खुलवाई हैं। बहुत मुश्कीलसे यहाँ आने के लिये मैंने मना लिया। वो तो आनाही नही चाहते थे। हरवक्त काम और टूर्स.''

''स्टाफ होगा न–''

''वो तो है। उनके दम पे तो चलता है। पर अपने को तो देखनाही पडता है।''

''साब अकेले देखते है क्या?''

''नो. नो. वुइ हॅव अ लार्ज इनफ्रास्ट्रक्चर. घर के सब इन्व्हॉल्व रहते है।''

''आप भी देखती है?''

''पहेले कम काम करती थी, पर अब मेरी अपनी दो कंपनीज है। एक मेरे बेटी की है। बट शी इज जस्ट अ किड. बहुत छोटी है।''

''यू मस्ट बी ट्रॅव्हलिंग अ लॉट देन.'' रितू विचारत होती.

''हाँ। अभी स्वित्झर्लंड जा के आई। माय हजबंड हॅज मेट वुइथ ॲन ॲक्सिडेंट.''

दोघींचं संभाषण मानसी ऐकत होती.

ती एकदम सावध झाली. दुरान्वयानं का होईना त्रिलोकबद्दल तर नाही? ही बाई कोण? तिला बघण्यासाठी ती उत्सुक झाली. ती आपल्याला ओळखेल? एकदा आपण त्रिलोकच्या घरी गेलेलोच आहोत.

"आय ॲम सॉरी. ज्यादा सीरियस तो नहीं है?" रितू

"अब ठीक हैं। हाथमें फ्रॅक्चर था। थँक गॉड इतनेपरही निकल गया। ड्रायव्हर मारा गया।"

"हुआ कैसे?" रितूची उत्सुकता संभाषण चालू ठेवत होती.

"प्लेन मिस हुआ उनका। बॉम्बे में थे। हम लोग दिल्ली रहते हैं, पर बॉम्बे में भी घर है। वैसे गोवा भी। ही हॅड टू गो बाय रोड–"

पुढच्या संभाषणात मानसी नव्हतीच.

एखादी प्रचंड मोठी वास्तू क्षणात मोठ्या आवाजासह भुईसपाट व्हावी आणि धुळीचे लोट उठून त्यात बुडून जावं असं तिला झालं.

तिला घाम फुटला होता. तिच्या मनाला पीळ पडला होता. छाती धडधडत होती. रक्तपीती फुटून भळभळ रक्त वहावं अशी स्थिती झाली.

हात-पाय थंड झाले होते. वेडेवाकडे वळत होते.

डोक्यामध्ये मुंग्या सुरू होत्या. तरीही विचारांचा डोंब उसळला होता

'म्हणजे त्रिलोक बायकोसह आलाय. दोन दिवस तो इथेच आहे. त्याची बायको ज्याअर्थी इतकी रिलॅक्स्ड आहे– याचा अर्थ तो माझ्याशी खोटं बोलला.

तो माझ्यासाठी आलेलाच नाही.

उलट ती म्हणतेय तो तिच्यासाठी आलाय. तिच्या आग्रहाखातर.

मग तो घरी कसा आला?

वृंदाताई म्हणाली तसं, त्यानं मला पाहिलं. मी तिथे असेन ही त्याला कल्पनाही नसणार. कदाचितच मी अंथरुणात सडतेय असं त्याला वाटत असणार. किंवा त्यानं मी कुठे आहे हे जाणून घ्यायचंच सोडून दिलं असणार.

मी त्याला नेहाच्या फोनवरून फोन केला. त्याच्या असिस्टंटलाही. त्यांनी तो नंबर पुन्हा लावला असला तर नेहाच बोलली असणार.

नेहा किंवा घरातलं कुणी माझी माहिती त्याला देणंच शक्य नाही.

तोही काढायच्या भानगडीत पडला नसणार.

अपघातानं मी दिसले. त्याला इतकं तर कळतंच की, मी त्याला कुठूनही ओळखू शकेन.

म्हणून येण्याची धडपड!

आणि काय म्हणाला तो?

आजच परत जातोय. कंपनीच्या कामाला आलो?

खोटं.

बायकोबरोबर रंगरलीया करायला आलाय.

एन्जॉईंग हिज लाइफ!

मग या स्कीममध्ये मी कुठे आहे?

माझी जागा कोणती?

की तो मला खेळवतोय?

एवढं होऊनही मला खेळवतोय!

त्याला बायको आवडत नाही?

रितू काय म्हणाली आत्ता - रिच अँड ब्यूटिफुल.

ब्यूटिफूल म्हणाली ती.

तिचा फोटोही तसाच होता.

मग मला कशाला प्रेमात पाडलं? की फक्त शरीरसुख मिळवायचं, एवढाच हेतू होता?

मला कळलंही नाही. केवढी वेडी मी! पाण्यात उडी मारायला काठावर उभं असावं तशी प्रेमात पडायला उभीच होते मी! त्याच्या श्रीमंतीची, रूपाची भुरळ पडली मला. त्याचं प्रेम आहे आपल्यावर हे तो म्हणाला आणि मी विश्वास ठेवला. लागलीच!

आणि इतर कुणावरही विश्वास नाही ठेवला?

ना आईबाबा, ना नेहा किंवा मनोज.

उलट हे सगळे लोक माझ्या जिवावर उठलेत, असा समज करून त्यांनाच वाईट ठरवलं मी.

ते जुलमी, मागासलेले आहेत, आणखी काय काय नाही म्हटलं मी त्यांना!

का केलं असं त्रिलोकनं!

माझ्याकडे आला तेव्हा किती प्रेम दाखवलं! तो जवळ घेणं, ते मधाळ बोलणं! जसा तो माझ्यासाठीच इथे आला आहे. आणि कदाचित माझ्याकडे येण्यापूर्वी तिच्या ओठांवर ओठ ठेवून आला असणार.

आणि आधीही मला भोगण्याआधी तिला भोगून आलेला असणार! किंवा आणखी कुणाला?

शी!

खसखसून अंग घासून काढावं–

पण–

असं का केलं त्यानं?

माझा काय दोष या सगळ्यात?

मलाच का निवडलं त्यानं?

का माझ्याच आयुष्याशी खेळला तो? का अजूनही खेळतोय?

का?

तिला भरून आलं. हुंदके दाबताना शरीर गरगर हलायला लागलं. डोळे वाहायला लागले.

रितूचे हात थांबले.

"फार दुखतंय का? त्रास होतोय? तुझ्या डोळ्यांतून पाणी येतंय. मी थांबू का?"

तिनं मान हलवली.

असहाय. हात उचलून तिने रितूचे हात घट्ट धरले. तिला विचित्र वाटत होतं. दुःख. दुबळेपण. असहायता.

दोन रीक्लाइनिंग खुर्च्यांवर दोन स्त्रिया डोळ्यांवर रोझवॉटरचे फाये ठेवून पडलेल्या.

आंधळ्या.

एकाच माणसाच्या प्रेमात असलेल्या.

एक हक्कदार आणि दुसरी नुसतीच दावेदार.

दुःख– आगीच्या लोळांसारखं तिला जाळून टाकणारं.

आईने आता जाण्याची गडबड सुरू केली.

मनोज तीन दिवसांतच गेला. त्याला ग्रीसमधल्या शिष्यवृतीच्या संदर्भात मुलाखतीला बोलावलेलं होतं.

त्रिलोकसिंगच्या भेटीनंतर घरात सामसूम होती.

कुणी कुणाशी बोलत नव्हतंच. वरवर शांत.

प्रत्येकाच्या मनात संभाषणांचे कल्लोळ होते.

या पार्श्वभूमीवर मनोजचं जाणं ठीक होतं.

आईनं वृंदाशी प्राथमिक बोलणं केलं.

"बरी आहे मनू आता. झालेत तीन महिने. हळूहळू सुधारेल. तूही अहमदाबादला जा. विवेकला तिकडे येणं सोयीचं होईल. तो दादांबरोबर चार दिवस राहू शकेल. मी मनूला नेते आता. तुम्ही नंतर या मुंबईला."

वृंदाला कळेना. ती गोंधळली.

मानसीला आणल्यापासून सुरुवातीचा ताणाचा, धावपळीचा, त्राग्याचा भाग

संपत आल्यासारखा झालेला.

सगळं ठीक होतंय म्हणून श्वास टाकलेला.

आणि त्रिलोकसिंग आला.

तेव्हाच आई आणि मनोज.

जमत आलेला डाव फिस्कटल्यासारखा झाला.

सुखानं जगतोय असं वाटत असताना, चेहऱ्यावर थोडं हसू येतंय असं वाटत असतानाच हे सगळं.

"आली तशी तूही राहा चार-पाच दिवस. मला तेवढंच माहेरपण." असं वृंदाचं म्हणणं आईनं मान्य केलं.

रोज काही ना काही चाललेलं.

कुणा ना कुणाचे फोनही चालूच.

समीर, विवेक, बाबा, नेहा हे नेहमीचे.

आता आता मानसीच्या मित्र-मैत्रिणींचे आणि नातेवाईकांचेही फोन सुरू होते.

सध्या एक मोठा फरक होता तो म्हणजे मानसी बाबांशी बोलली होती.

पार्लरला जाऊन आल्यापासून तिच्यात थोडा बदल होता. उदास होत नव्हती असं नाही, पण पुष्कळच स्थिर वाटत होती. तिथून आल्याच्या दुसऱ्या दिवशीच बाबांचा फोन आला होता. आई तिथे नसल्यामुळे त्यांनाही एकटं वाटत होतं. शिवाय मानसीच्या तब्येतीबद्दलही अधीरता होती. त्यांच्याशी बोलून आई फोन ठेवणार तोच मानसीनं 'मला बोलायचंय' म्हणून तिला थांबवलं.

"बाबा, मी मनू बोलतेय–" म्हणाली अन् डोळे भरून वाहायला लागले तिचे.

मग रडत रडत, तुटक तुटक बोलली.

ते पाहताना आईही रडायला लागली.

एक मोठा तुटलेला पूल बांधला जाताना वृंदाला वाटलं, 'चला, हे व्हावं असं आपल्याला किती वाटत होतं! झालं शेवटी!'

काळ जखमा भरून काढणारा आहे.

टाइम इज ए ग्रेट हिलर.

त्या दिवसापासून आई फार खूश होती.

बाबा नियमित फोन करीत होते.

कधीतरी मानसी एकटीच बाहेर बागेत येऊन बसे. एकटक डोंगर, झाडं प्राणी पाहात बसे.

तिच्या मनात काय चाललंय कळत नव्हतं.

दारावर थापा सुरू होत्या.

मध्यरात्रीनंतरचा सुमार असेल.

वृंदाला जाग आली. काय होतंय तिला कळेना. इतक्या रात्री थेट दारावर कोण असेल?

घाबरून तिनं आईला उठवलं आणि लिंबाजीच्या नावानं हाकांचा सपाटा लावला.

सगळाच गोंधळ उडाला.

हातात काठी घेऊन बाहेरून लिंबाजी धावला.

''कोण आहे, कोण आहे?'' त्याचा दरडावून विचारण्याचा आवाज आला.

मग एकदमच आवाज बंद झाला.

लिंबाजीला काही झालं की काय?

बेल वाजली.

''बाई मी आहे.'' आवाज लिंबाजीचा होता.

वृंदाने दार उघडलं. लिंबाजीचा चेहरा गंभीर होता. मागे एक माणूस उभा होता. त्याचाही चेहरा गंभीर होता.

''बाई, हवेलीवर गडबड झालीय. आबासाहेबांची तब्येत–''

तो थोडा अडखळला.

''इतक्या रात्री? काय झालं?'' आई पुढे झाली.

''आबासाहेबांना बहुतेक हृदयविकाराचा झटका आलाय. परागसाहेबांनी डाक्टरला बोलावलंय. आम्हाला वस्तीवर कळलं. आम्ही आलो. तर माझी रिक्षा आहे म्हनून ते म्हनाले की तुम्ही येत असाल तर घेऊन या. जहागीरदारीणबाईंना बरं नाही. त्या दोघीच–''

''सोबत कुणी नसेल. थांब पाच मिनिटं. आम्ही येतो.''

''तू कसं करते वृंदा?'' आईनं निर्णयही घेतला होता.

''मी पण चलते. त्यांच्याकडे बाईमाणूस कुणी नाही.'' वृंदा म्हणाली.

''मी बी येतू.'' लिंबाजी म्हणाला.

''मग इथं कोण रे?''

तोवर राधा, मानसी आलेल्याच होत्या.

''लिंबाजी, तू थांब. मदत लागली तर तुला फोन करू.'' वृंदा म्हणाली.

लिंबाजीच्या मनास येईना.

रात्रीची वेळ. ओळखी चेहऱ्याचा माणूस. पण कुणाची नियत काय सांगावी? बाईमाणसांना एकटं कसं जाऊ द्यावं?

''म्या असं करतु. हवेली पत्तोर येतो. तिथं तुमाला सोडून परत येतो.''

दोघींनी ऐकलं.

पाच मिनिटांत वृंदा तयार होऊन आली.

“दार घे आतून लावून राधा. लिंबाजी टॉमीला सोडून दे मोकळं. आम्ही काय ते बघतो. लिंबाजी येईलच परत. थोडा वेळ लागला तर काळजी करू नका.”

आईनं भराभर चालायला सुरुवातही केली.

“तू पुढे कुठे चाललीस? तुला त्या घराची माहितीही नाही.”

वृंदा मागे येत म्हणाली.

“तुमच्याकडून इतकं ऐकलंय की ओळखीची झालीत सगळी. आणि अशा वेळेला ओळखपाळख, माहिती काही लागत नाही. जायचंच मदतीला. कुणावर कशी वेळ येईल, सांगता येत नाही.” आई.

तेवढ्यात एकदम वृंदा म्हणाली,

“तू निघाला तेव्हा तब्येत कशी होती रे?”

“सीरियस हायेत म्हनले ते.”

हे सगळे पोहोचले.

हवेलीत सगळीकडे लाईट्स लावलेले होते. दारापुढे वीस-पंचवीसजण उभे होते. अंधारातून माणसं येत असल्याची हालचाल होती.

पण कुणी शब्द बोलत नव्हतं.

शांतता.

जीवघेणी आणि उत्सुक.

डॉक्टर आलेले असावेत.

ह्या पायऱ्या चढून वर गेल्या.

हॉलमधल्या एका बैठकीत तीन-चार जण होते.

कुणी ओळखीचं नव्हतं.

आजींच्या झोपायच्या खोलीबाहेर अती गंभीर चेहऱ्यानं तीन नोकर आणि माळीणबाई उभ्या होत्या.

रिक्षावाल्यानं बैठकीतल्या लोकांना सांगितलं.

त्यातला एकजण आत गेला.

बाहेर येऊन दोघींना आत जायची खूण केली.

आई आणि वृंदा खोलीत गेल्या.

आबासाहेब कॉटवर झोपलेले होते.

डॉक्टर जवळ तपासत होते.

डोक्याशी पराग उभा होता. दुसऱ्या बाजूला आजी बसलेल्या होत्या.

डॉक्टरांच्या मागे कलाबाई होत्या.

त्यांचे ताणलेले चेहरे, डॉक्टरांकडे डोळे लागलेले– बरंच सांगून जात होते.

शेवटी डॉक्टर उठले. बरोबरच्या माणसानं ई.सी.जी. काढायचं मशीन काढलं.

डॉक्टरांनी मान हलवली.

"उपयोग नाही." ते म्हणाले.

त्यांनी परागच्या खांद्यावर थोपटलं मात्र आजी मोठ्यांदा ओरडल्या.

रात्रीच्या शांततेला त्यांचा आवाज चिरीत गेला.

पाठोपाठ कलाबाई.

पराग भांबावलेला आणि दिङ्मूढ.

वृंदाला तर इतकं घाबरायला झालं की काय करावं ते कळेना. ती पुढे झाली.

आईने तिला ओढून धरले.

डोळ्यांनी थांब म्हटलं.

आजींचा रडण्याचा पहिला उमाळा कमी झाला तशी आई पुढे गेली. त्यांच्याजवळ जाऊन उभी राहिली.

आजी आईच्या गळ्यात पडल्या.

"मला मागे ठेवलं हो– मी दळभद्री, कमनशिबी– मला कसे टाकून गेले?"

त्या पुन्हा जोरजोरात रडायला लागल्या.

आईने त्यांना लहान लेकरासारखे जवळ घेतले.

दु:खाची दु:ख एवढीच ओळख.

वृंदा जवळ आली तशा कलाबाई तिच्या जवळ गेल्या. बदकन् जमिनीवर बसल्या. वृंदाने त्यांच्या खांद्याभोवती हात टाकला. त्यांचा चेहरा घामाने भिजला होता. हात थंड पडले होते.

पुढचे सगळे सोपस्कार करणे भाग होते.

बाहेरची माणसं एकदमच आत आली.

परागला जवळ घेऊ लागली.

एखाद्या लहान मुलासारखा तो रडत होता.

"बरं तर बरं. छोटे जहागीरदार इथं होते." कुणीतरी बाहेर कुजबुजलं.

घड्याळाचे दोन टोल पुन्हा शांतता भेदून गेले.

नंतर स्तब्ध शांतता.

आणि रातकिड्यांचा आवाज.

कुठलीही हालचाल नाही.

जवळजवळ तासाभरानं कुणीतरी आलं. परागला बाहेर नेलं.

थोड्यावेळानं आईने वृंदाला जवळ येण्याची खूण केली. तिनं कलाबाईंना भिंतीपाशी टेकून बसवलं.

"त्यांना फोन वगैरे कुठे करायचेत, आणखी काही लागतंय का पाहून ये आणि

बाईला म्हणावं पाणी आण. डॉक्टरांना ह्यांनाही बघा म्हणावं. फारच शॉक बसलाय त्यांना–''

वृंदा बाहेर गेली.

परागशी बोलल्यावर तो म्हणाला,

''तुम्ही फक्त आईला बघा. ती फार रडतेय. तिला काही त्रास होऊ नये.''

त्याच्या गंभीर चेहऱ्यावरून त्यानं तात्पुरतं स्वत:ला सावरल्याचं जाणवलं.

आबासाहेब गेल्याची बातमी लागलीच पसरली. हवेली आणि अंगण तास-दोन तासांत भरून गेलं.

एवढ्या रात्री एवढी गर्दी आबासाहेबांच्या कीर्तीचं प्रतीक होती. त्यांच्याबद्दल लोकांच्या भावनाही.

आई आणि वृंदा दुपारी चारला परतल्या.

आबासाहेबांचे मोजके नातेवाईक येईतो वेळ गेला.

परागची बायको-मुलं येईतो थांबणं योग्य नाही हा निर्णय परागचाच होता.

किंबहुना आबासाहेबांच्या मागे आता फक्त तोच होता. त्यानं वृंदाला रोज येण्याबद्दल विनंती केली होती.

आजीच्या नात्यातले लोक आले होते. डॉ. सोनटक्के, त्यांच्या आई वगैरे. पण बहुतेक सगळे वयस्क होते. घरातली जबाबदारी थोडीफार वृंदा आणि आई यांनी आपणहून उचलली होती.

घरात वेगळा विषय नव्हताच.

नक्की काय घडलं, हे इतक्या वेळा बोललं गेलं होतं की आई किंवा वृंदा तो विषय सुरू झाला की उठून बाहेर जायच्या.

आजी सांगायच्या, ''रात्री नेहमीसारखं जेवण घेतलं त्यांनी (आबासाहेबांनी). थोडं अस्वस्थ वाटतंय म्हणाले. पण एवढं सीरियस आहे असं जाणवलं सुद्धा नाही. कलाला मी सरबत कर म्हणाले. थोडा भात खाल्ला होता. रात्रीच्या गोळ्या घेतल्या. सरबत घेतलं. मध्यरात्री त्यांनी हलवून जागं केलं मला. फार त्रास होतो म्हणाले. मी अशी लंगडी. बरं, मला ह्यांचं दुखतंय म्हटलं कीच हात-पाय कापायला झालं. शर्टबिर्ट काढा म्हटलं. बाम लावून देते म्हणाले मी तर हातानंच नको नको करायला लागले. उठलेच मी त्यांचे हातवारे पाहून. काहीतरी गडबड आहे, जाणवलंच. कला अन् परागला बोलावलं. परागनं ताबडतोब फोन केला डॉक्टरांना आणि काय काय धावपळ केली. तोपर्यंत त्यांना इतका दरदरून घाम की अंथरूण ओलं झालं. माझा हात हातात धरून ठेवलेला. डोळे माझ्यावर अन् परागवर. परागला म्हणाले, 'फार दुखतंय.' पाच मिनिटंही गेली नसतील. एकदम म्हणाले, 'वेळ आलीय–' बस्स! विजेचा झटका बसल्यासारखं सगळं शरीर एकदा उचललं गेलं.''

आजींच्या शोकाला सीमा नव्हती.

छप्पन्न वर्षे एकत्र घालवलेली. कितीतरी मतभेद असणारच. पण एका मृत्यूनं सगळं विसरायला लावलं. कायमचं.

घरी परत जाताना आई वृंदाशी बोलत राहायची. निमूट लिंबाजीही बरोबर चालत राहायचा. घरीही सारखा तोच विषय चाले. "जिवंत असेतो किती गोष्टींत अडकलेलो असतो आपण? काही शिल्लक राहात नाही. त्या बाईंकडे पाहताना पोटात ढवळून येतं. केवढी वैभवशाली दिसायची! आजही वैभव आहेच, पण साम्राज्य हरल्यासारखी दिसते. मरण वाईट. कोणाचं का असेना!"

मानसी, राधा श्रोत्या होत्या.

वृंदा म्हणाली,

"आपण जिवंत असतो तेव्हा कधी मरणाचा विचारच करीत नाही. नाही? अगदी म्हातारे झालेले सुद्धा. विवेकची आई जाण्यापूर्वी पंधरा दिवस आधी म्हणाली होती की, त्यांना बांगड्यांचा घाट बदलायचाय. शरीराचाच घाट बदलून गेला. त्यांच्या बांगड्या काढल्या जाताना मला इतकं वाईट वाटलं. वाटलं मी लागलीच का नाही गेले सोनाराकडे! हीच तर मरणाची गंमत आहे. शेवटपर्यंत, अगदी जाईपर्यंत आशाआकांक्षा, दु:ख चिकटून असतं आपल्याला. सासूबाई कोमात गेल्या, तेव्हा आम्ही सगळे थांबायचो तिथे. त्यांच्याकडे पाहात असताना मला वाटायचं, यांच्या मनात काय विचार चालले असतील? जन्म-मृत्यूच्या सीमारेषेवर उभ्या होत्या त्या. त्यांना दोन्ही बाजूला जाण्याचा चान्स दिला गेला होता का? तुला पाहिजे तर आयुष्य देतो, नाहीतर मृत्यू घेऊन सगळ्यांतून सुटून जा, असा परमेश्वरानं त्यांना चॉईस दिला होता? तसा कुठलाही भाग आबासाहेबांच्या बाबतीत झाला नाही."

"लई चांगलं मरन. कुनाकडून सेवा घेतली नाई. जे या जन्मी करायचं ते देवानं त्यांच्याकडून करून घेतलं आन् कुनाच्या उपकारात त्यांना ठेवलं नाय बगा." राधा म्हणाली.

"गंमत म्हणजे इतक्या दूर असलेला मुलगा हाक मारल्यासारखा अवचित आला आणि शेवटची मांडी दिली वडिलांना." आई म्हणाली.

"त्ये लई महत्त्वाचं. गंगा घातली म्हनं तोंडात अन् लेकानं मांडी दिली. म्हातारा स्वर्गात जाईल."

लिंबाजीच्या या बोलण्यावर, इतक्या गंभीर चर्चेतही मानसीला हसू आलं.

"ते माहिती करून ये. आबासाहेब नक्की कुठे गेले हे आम्हाला तरी कळेल." मानसी चेहरा गंभीर ठेवत म्हणाली.

लिंबाजी क्षणभर गोंधळला.

"काय तुम्ही बी–" म्हणत डोकं खाजवू लागला.

मानसी हसली. म्हणाली,

"मी वाचलं होतं की आत्मा अतिवेगानं परमेश्वराकडे जातो. मग ईश्वर त्या माणसाच्या आत्म्याला आयुष्यभर त्यानं काय केलंय याचा जीवनपट झर्रकन दाखवतो. आणि विचारतो, 'तुला परत मनुष्यलोकात जायचंय की माझ्याजवळ थांबायचंय?' ईश्वराचं रूप आत्यंतिक सुंदर आणि प्रेमळ असतं. तो कनवाळू स्वरांत विचारतो. आईसारखा. बहुतेक आत्मे त्याच्याजवळच थांबणं पसंत करतात."

"इतकं ऑथेंटिक कोण सांगतं? मेल्यावर काही सांगायला परत येतंय कोण?" वृंदानं आश्चर्यानं विचारलं.

"अनेक लोक जे कोमात होते किंवा मरणाच्या दारातून परत आलेत त्यांच्या एका ख्रिश्चन धर्मगुरूनं मुलाखती घेतल्या. त्यानं हे छापलंय."

"तुझा विश्वास आहे मनू यावर? म्हणजे एकविसाव्या शतकातली, पूर्ण पुरोगामी विचारसरणीची मुलगी हे बोलतेय? गंमतच आहे! म्हणजे देव, आत्मा वगैरे सगळं तुला कुठेतरी मान्य आहे?" वृंदाच्या आश्चर्याला पारावार नव्हता.

"माझा देवावर विश्वास आहे. कारण देव ही संकल्पना सुपरपॉवर ही आहे. अंतिम शक्ती किंवा अशी गोष्ट, जी ह्या जगातल्या हालचालींच्या मागे आहे. नुसत्या माणसांबद्दल बोलत नाहीये मी, पण चक्राकार चाललेल्या निसर्गाबद्दलही बोलतेय. प्रकृती-पुरुष वगैरे संकल्पना या प्रोक्रिएशन प्रोसेसचं फलित आहेत. विश्वास नाही ठेवला तरी काही बिघडत नाही. नास्तिक असाल तर जबरदस्त आत्मविश्वास हवा, नाहीतर संघर्ष करण्याची सुपरमॅनसारखी ताकद. पण नसतेच आपल्यात. विरळा असेल एखादा. त्याला वर्तमानकाळातच जगावं लागतं कारण भूतकाळ नसतोच त्याच्यासाठी. भूतकाळ मानसिक आधारासाठी आवश्यक. म्हणून मी विश्वास ठेवते. मी मानसिकरीत्या खूप सक्षम आणि सशक्त असले, तरी कधीतरी मी कमजोर पडूच शकते. म्हणून डिनायलपेक्षा ॲक्सेप्टन्स बरा. स्वीकारणं चांगलं."

"अग्ग बाई–" आई म्हणाली, "मनू, तू विचार करीत असशील असंच मला वाटत नव्हतं. म्हणजे असा विचार. सध्या चाललेल्या गोष्टींत तू वाहावली आहेस, असंच वाटायचं."

"मुख्य म्हणजे, तू अशीही पुस्तकं वाचतेस हे मला माहिती नव्हतं." वृंदाच्या बोलण्यात कौतुक होतं. "मला तर वाटलं आर्किटेक्ट होतेय म्हणजे इतर गोष्टींना फाटा."

"पुराण वास्तुस्थापन कला म्हंजे एन्शंट आर्किटेक्चर हा एक भाग असतो आम्हाला. त्यातून खूप वेगळ्याच गोष्टी डोळ्यांसमोर येतात. प्रत्येक पीरियडचा म्हणजे काळाचा प्रभाव त्या इमारतींवर दिसतो. त्यातून मंदिरांचा अभ्यास करायची

वेळ आली की जैन किंवा हिंदू किंवा बौद्धधर्माचा भाग येतो. आमच्यापैकी इतरांना कुणाला इंटरेस्ट नव्हता, पण मला आणि मनोजला प्रचंड उत्सुकता होती. त्यातून थोडं थोडं वाचत गेलो.''

मानसीच्या आवाजात उत्साह होता. स्वत:बद्दल सांगण्याची इच्छा होती. कदाचित आपल्याला घरातल्यांनी जाणून घेतलंय त्यापेक्षाही आपल्याकडे वेगळं काहीतरी आहे, हे सांगण्याची संधी मिळाली म्हणून असेल.

''नेहाच्या आणि तुझ्या सांगण्यावरून मला वाटलं की, मनोज अगदीच जुनाट मतांचा आहे. बऱ्यापैकी स्टुडियस आहे की!'' वृंदा

''बऱ्यापैकी? ही इज जिनियस. त्याला कॉम्प्युटर इंजिनियरिंग मिळत होतं, पण त्यात त्याला रस नव्हता. पहिल्यापासून वास्तुशास्त्रात रस होता म्हणून तर या साईडला आला. आता चिनी वास्तुशास्त्र आणि आपल्याकडे नव्यानं, फॅड वाटावं त्या भारतीय वास्तुशास्त्राचा तो उत्तम अभ्यासक आहे. म्हणून तर त्याला ग्रीसची शिष्यवृती मिळतेय. झालं काय त्याच्या इंटरव्ह्यूचं? काही फोन नाही आला?'' मानसी म्हणाली.

आईनं वृंदाकडे पाहिलं.

''तुलाही रस आहेच की! तुलाही मिळेल अशी संधी.''

मानसीचा चेहरा एकदम उतरला.

ती काही म्हणणार तोच वृंदा म्हणाली,

''हं. मी ही अशी, असं म्हणायचं नाही. आत्ता तू जे बोललीस त्यावरून तूही चांगली अभ्यासक होऊ शकतेस.''

''नुसता अभ्यास नका करू. आपल्या रिकाम्या जागेवर चांगलं घर बांधा.'' राधाला कंठ फुटला.

''कुठून कुठे गेला विषय! आबासाहेब किती अचानक गेले. मला तर अजून खरं वाटत नाही. परागदादाची फॅमिली आली नाही अजून? आज चार दिवस झाले ना?'' मानसी म्हणाली.

''आज रात्री किंवा उद्या येईल म्हणतात.''

''पराग जाऊ शकतो का मुंबईहून आणायला?''

''दहा दिवस तरी नाही. पण हे मॉडर्न लोक काय करतात!'' आई म्हणाली.

''मला त्याची बायको-मुलं पाहण्याची फार इच्छा आहे. तसा तो ट्रॅडिशनल वाटतो, नाही? शिवाय ही इज सो ॲटॅच्ड टू हिज फॅमिली. त्यानं तरी इथं यायचं, नाहीतर यांना तरी घेऊन जायचं.''

''अरे, ही जुनी मानसं गेली पाहिजे ना. त्ये रग्गड म्हनत होते म्हने, पर ह्ये जात न्हवते. एकदा बघून आले पोराचं घर-बिर. पर नंतर न्हाई गेले बा. माळीबा म्हनत

होते, दादाची बायको जरा गरम स्वभावाची हाय. शिवाय एवढा मोठा पसारा हाय इथं, त्यो कुनाला सोपवून जायचा? आजकाल जमानाबी असा हाय की कुनाला काई सोपवलं तं त्योच गिळून बसतोय.'' लिंबाजी म्हणाला.

आई वृंदाला म्हणाली,

''हा चांगला माणूस मिळाला ग तुला. प्रामाणिक आहे.''

''आई, राधा आणि हा माझ्या कुटुंबाचा भाग आहेत. बघ ना आपल्या चर्चेत सक्रिय सहभाग आहे. तरी आज राधा गप्प आहे.''

''त्ये बरं हाय. नायतर माझ्या तोंडाला टापशी लावून बसाया लागंल.'' लिंबाजी म्हणाला.

हवेली पाहुण्यांनी गजबजली होती.

बातमी कळल्यानंतर लोकांची रीघ सुरू झाली होती. आजी जरी एका खोलीत असल्या, तरी घरातलं त्यांना सांगावं लागत होतं.

कुठेतरी सगळ्यांना असं वाटत होतं की, परागची बायको आल्यावर इतरांवरचा ताण कमी होईल. जरी ती अमेरिकन असली तरी इथे येत होती. परागमुळे तिला रीतिरिवाजही माहिती असणारच होते. घरही नवखं नव्हतं.

पण झालं वेगळं.

ती आली नाही. फक्त मुलं आली.

जास्त अमेरिकन कमी भारतीय. पण आजीजवळ गंभीर चेहऱ्यानं बसली. त्यांची आई कामामुळे येऊ शकली नाही, हे सगळ्यांना कळलंच. यावरच्या प्रतिक्रिया अर्थातच बहुतेक सारख्याच होत्या. काही झालं तरी उपचार म्हणून यायला हवं होतं, असं घरातल्या बायका बोलल्या आणि शक्यतो आपल्याकडचीच मुलगी करावी असंही आलंच. एकूणच अमेरिकन आयुष्यपद्धती अशी असेल तर त्यात तथ्य नाही, कारण मायाच नाही तर जगण्यात अर्थच काय, असा निष्कर्षही निघाला.

दहा दिवस कुठे गेले कळलं नव्हतं.

तेवढ्यात डॉ. सोनटक्के मात्र मानसीला भेटायला आले होते.

गप्पा आपोआपच झालेल्या.

आजी, आबासाहेब हे मुख्य विषय.

आबासाहेबांच्या खूप आठवणी त्यांनी सांगितल्या. सगळ्यांना त्यांचा उमदेपणा, उदारपणाचे किस्से सांगितले. ते कसे कडक होते आणि पराग हा त्यांचा कसा विकनेस होता, हेही झालं.

या सगळ्या चर्चेत कलामावशी आणि आजी सातत्यानं येतच होत्या. आबासाहेबांचं आयुष्य आजींशी जोडलेलं तर असणारच. पण ते दोघींवरही अवलंबून असल्याचं

जाणवत होतं. आई अशा उघड बोलण्यानं थोडी अस्वस्थ होत होती. सोनटक्के गेल्यावर तिनं तिची नाराजी दाखवली होती.

तिचं म्हणणं आयुष्यात खूप सत्यं असतात, पण ती सांगितलीच पाहिजेत, उघड केलीच पाहिजेत असं मुळीच नाही. उलट ती नाही सांगितली तर माणसाची प्रतिमा चांगली राहते. अर्थातच हे मुलींना मान्य नव्हतं.

मानसीच्या मनात मात्र वेगळा विचार येई; मुलगा म्हणून परागला या संदर्भात काय वाटत असेल?

या काळात दोनवेळा परागची मुलंही त्यांच्याकडे आली. थॉमस आणि एलीना. शाळकरी मुलगी आणि नुकताच कॉलेजात गेलेला मुलगा. मात्र दिसायला थोराड. जर्मन चेहरेपट्टीचे. मानसीचं आणि त्यांचं चांगलं जमलं. पहिल्यांदा थोडे बुजले, पण नंतर ती उत्तम इंग्रजीत बोलतेय हे पाहून त्यांचं जमलं. अमेरिकेतल्या कितीतरी गोष्टींबद्दल मानसीला कुतूहल होतं. त्यामुळे तिच्या प्रश्नांना उत्तरं देत होते. या गोष्टींची त्यांना सवय असावी. भारतीयांना परकीय देशाचं आकर्षण आहे, हेही त्यांना माहिती होतं.

शिवाय भारतीय 'करीज' ते आवडीनं खात असावेत, त्यामुळे वृंदाकडे त्यांनी खाण्यातही रस दाखवला. आईला हे माहिती होतं की, 'मृत्यू' झालेल्या घरात खाण्याची आबाळ होऊ शकते. त्यामुळे तीही जागरूकपणे त्यांना खायला घालत होती.

मात्र विषय दोनच.

एक मृत्यू.

दुसरा आबासाहेब.

मानसीचा अपघात आणि त्रिलोकसिंग मागे पडले.

या दहा दिवसांत मानसी एकदाच हवेलीत गेली.

हट्टानं.

आईची इच्छा नव्हती. कारण तिला कुठलाही आघात होऊ नये असं तिला वाटत होतं.

वृंदा आणि आईच्या बोलण्यावरून मात्र तिला वाटत होतं की, आजींना एकदा तरी भेटावं.

काठी घेऊन ती आली तेव्हा हवेलीतल्या पाहुण्यांचे डोळे आपोआप तिच्याकडे वळले. तिला संकोचायला झालं खरं, पण क्षणमात्र.

दिवाणखान्यातलं सामान हलवलेलं होतं. एका बाजूला सतरंजी टाकलेली होती. तिथेच एक दिवाण होता. आलेले लोक खाली बसलेले होते. दिवाणाच्या मागे एका बाजूला कलाबाई बसलेल्या होत्या.

सगळ्यांचे चेहरे गंभीर होते.

उदास आणि भकास.

मानसीला पाहताच पराग उठला. माळीणबाईंनी खुर्ची आणली. त्यानं हाताला धरून तिला बसवलं.

मानसीला एकदम भरून आलं. तिचे डोळे पाणावले.

आई-वृंदा आजीजवळ बसल्या.

कुणीच बोलत नव्हतं.

डोळे आजींवर लागलेले.

मग कुणीतरी काहीतरी बोललं.

एक-एक दोन-दोन वाक्यांत संवाद होत होते.

मानसी एकटक आधी आजींकडे पाहात होती. मग कलाबाईंकडे. पराग उठून बाहेर जात होता - येत होता. त्याची मुलं तिथे नव्हती. थोडा वेळ बसून जाणाऱ्यांत पुरुष परागशी बोलायचे. आजीजवळ उभे राहायचे. बायका आजींजवळ यायच्या. त्यांचं सांत्वन करून निघून जायच्या.

मानसी काहीही बोलली नाही. अशावेळी काय बोलावं, हेही तिला माहिती नव्हतं.

वृंदाने खूण केली तशी ती उठली.

आपोआप आजीजवळ गेली. त्यांच्या शेजारी बसली. त्यांचे हात हातांत घेतले, तसं आजींनी तिला जवळ घेतलं. त्यांना रडू आवरेना.

"तू खूप धीराची मुलगी आहे म्हणायचे." त्या म्हणाल्या "सगळ्यांनाच कौतुक असायचं."

मानसीलाही रडू आलं.

दोघी दोन-तीन मिनिटं तशाच बसल्या.

आजींबद्दल मानसीला विलक्षण माया वाटली.

घरी परतल्यावर संध्याकाळी एकटी बसलेली असताना सकाळचा प्रसंग तिला पुन्हा आठवला.

येणारी-जाणारी माणसं.

पराग आणि आजींना भेटणारी माणसं.

आणि कोपऱ्यात एकटी बसलेली कलाबाई.

तिच्याकडे कुणी दृष्टिक्षेप टाकल्यासारखं सुद्धा नाही.

बाबांचा फोन आला.

आईला तातडीनं जावं लागलं.

मानसीला आता बरं वाटत होतं, पण तिचं पॅकिंग व्हायचं होतं.

आई गेल्यानं घर सुनं झालं.
आबासाहेबांचा तेरावा झाला.
चौदाव्याचं गावजेवण झालं.
परागची मुलं परतली.
इस्टेटीच्या कामासाठी पराग थांबला.

एका संध्याकाळी मानसी नेहमीसारखी बागेत बसली होती.
जेफ्री आर्चरचं पुस्तक घेऊन.
तेवढ्यात फाटकातून पराग येताना दिसला.
मानसी खुर्चीतून उठली. पण तिची हालचाल वेगानं होईना.
तिनं लिंबाजीला हाक मारली.
वृंदा-राधा गावात गेलेल्या.
"अरे, बाहेर बसलात?" म्हणत तो खुर्चीवर बसला.

"वृंदाताई गावात गेलीय–" मानसी सांगू लागली, "आई मुंबईला. बाबांचा निरोप आला–"

पराग हसला.

"मी जावं म्हणून सांगतेस का? तसं असेल तर जातो."

"नाही तसं नाही. काही काम असेल तर–"

"काही काम नाही. आय ॲम सो बोअर्ड. खूप कंटाळा आलाय. अजिबात करमेना. आज कलेक्टोरेटमध्ये बोलावलेलं. पण कलेक्टर तिथे नाहीये. मग तिकडेही जायचं नाही. एकदम खाली खाली झालं. आय ॲम सो युज्ड टू वर्क. आबासा गेल्यापासून बुडून गेलो कामात आणि धार्मिक विधीत. कुठे दिवस गेले कळलं नाही. आणि आज एकदम फुल हॉलिडे सारखं झालं. जेवून झोपलो. पण उठलो आणि इतकं रेस्टलेस वाटायला लागलं. आय रँग अप चिल्ड्रन यस्टरडे. आज ते नसतीलही घरी कदाचित. मग म्हटलं काय करावं? इकडे आलो. आय होप यू डोंट माईंड माय स्टेईंग हियर."

"नॉट ॲट ऑल. आय विल बी ओनली हॅपी. आबासाहेबांच्या अचानक जाण्यामुळे तुम्हाला राहावं लागलं असेल ना?" मानसी.

"गंमत सांगतो. टेलीपथी म्हण हवं तर. माझं येण्याचं अजिबात ठरलेलं नव्हतं. कारण मुलांच्या सुट्या ॲडजस्ट करून मी यायचं ठरवतो. पण इतकं अस्वस्थ व्हायला झालं आणि सारखी या दोघांची आठवण. आई रिकव्हर होतेय असं ते म्हणायचे. त्यांनाही बरं नव्हतं हे आई म्हणायची. सगळं झाल्यावर 'आम्ही ठीक आहोत. काळजी करू नकोस.' हे वाक्य तर मी अनेक वर्षं ऐकतोच आहे.

पण यावेळी 'ठीक आहोत'मध्ये कुठेतरी लूपहोल जाणवायचा. फोन ठेवला की मला हे दिसायला लागायचे. शेवटी ठरवलं की, एक चक्कर मारून येऊ. काय होईल जास्तीत जास्त? रजा जाईल किंवा जास्त राहता यायचं नाही. आलो इथं. दोघंही ठीक आहेत हे पाहून परतीचं बुकिंगही केलं. अन् हे झालं.'' पराग म्हणाला.

''त्यांना तुम्ही जायचं टेन्शन आलं असेल का? आई म्हणते, या वयात मुलं जायला निघाली की भडभडल्यासारखं होतं. अहो, माझ्याशी फोनवर बोलायची ना, तर तिकडे ती रडतेय मला कळायचं. आबासाहेबांना तर तुमच्याशिवाय कोणीच नव्हतं ना?''

''बट ही वॉज स्ट्राँग, व्हेरी स्ट्राँग. मला त्यांच्याबद्दल प्रेम तर वाटतं, त्यापेक्षा अभिमान वाटतो. आय ॲम प्राऊड ऑफ हिम. त्यांचा जन्म वडील गेल्यावरचा. माहीत आहे? कसं केलं असेल? एवढी इस्टेट, तितकीच देणी. कुठली कागदपत्रं नव्हती. लोकांनी मीन टाइम सगळं डिस्ट्रॉय करून टाकलेलं. आमचे मुनीम होते. त्यांनी सांभाळलं. माझी आज्जी पण फार एबल होती. रियल रॉयल ब्लड. वडील खूप क्रायसिसमधून गेले.''

लिंबाजी आला.

चहा आणला.

''म्या केलाय. कसा काय झालाय म्हायत नाय.'' पुटपुटला.

मानसीनं मानेनंच होकार भरला.

वारा सुटला होता. अंधारून यायला लागलं होतं.

त्यांनी मुकाट चहा घ्यायला सुरुवात केली.

''इथे सूर्यास्त किती सुंदर दिसतो! आम्हाला सूर्योदय असो वा सूर्यास्त किंवा चंद्रही फॉर दॅट मॅटर– संबंध नाही. भेटच होत नाही त्यांची. इथे आल्यापासून म्हंजे बाहेर बराता येतं तेव्हापासून सूर्यास्त तरी गाठतोच मला. आय ॲम गोईंग टू रिमेंबर हिम व्हेन आय गेट बॅक टू बॉम्बे.'' मानसी.

''अरे, सूर्यास्त तर बीचवरचा बघावा. वंडरफुल! सिंम्पली माईंड ब्लोईंग! मी फार एन्जॉय करतो. संडेज्ना कधीतरी तेवढ्यासाठी बीचवर जातो. ओलसर वाळूत पाय खुपसून बसायचं आणि लाल-केशरी-पिवळ्या पाण्यात तो गडद लाल सूर्य बुडताना पाहायचा. माऊथ वॉटरिंग एक्सपीरियन्स. मला चक्क लॉलीपॉप तोंडात असल्यासारखं वाटतं कधी कधी.'' पराग म्हणाला.

''फनी! व्हेरी फनी! मी अशी उपमा कधी ऐकलेली नाहीये. पण सूर्याचं आकर्षण म्हणजे खूप ॲम्बीशियस आणि सशक्त मानसिकतेचा माणूस.''

''तेच सांगत होतो. आबासा असेच होते. त्यांची सायकी ॲनलाइज करता यायची नाही. ही वॉज नेव्हर प्रेडिक्टेबल. पण एक प्रेडिक्ट करता यायचं की, ते

न्याय्य तेच करणार. कुणालाही भिणार नाही.''

मानसी लक्ष देऊन ऐकत हाती. कदाचित ते गेल्यावर त्याला कुणाशीच मोकळं बोलता आलं नव्हतं. तो सांगत होता.

''मुनीम गेले आमचे असेच. म्हातारे होते. त्यांची मुलगी कलामावशी. आबासांनी त्यांच्या दूरच्या बहिणीकडे शिकायला पाठवली. तिचं सगळं केलं. तेव्हा ते तरी तरुणच होते.''

''म्हंजे कलाबाई– आय मीन मावशी तुमच्या सख्ख्या नात्यात नाहीत?'' मानसी आश्चर्यानं थक्क होत म्हणाली.

त्यानं मान हलवली.

''पण वाटत नाही ना तसं? ही डीड एव्हरीथिंग फॉर हर. पण दुर्दैवानं ती विधवा झाली. आमच्याकडे आली. मला आठवतं, माय मदर युज्ड टू गेट अपसेट मेनी अ टाइम्स. आणि लोक? आता कळतं. तेव्हा तर कळायचंही नाही. हजार तोंडानं बोलायचे. मी भयंकर अपसेट असायचो. आय युज्ड टू हेट कलामावशी. युज्ड टू फिल लाइक किलींग हर. पुढे शिकायला बाहेर पडलो.''

मानसी इतकी आचंबित, आश्चर्यचकित झालेली होती की, तिला काय बोलावं कळेना. कलाबाईंच्या कुटुंबाबद्दल ऐकून– आणि आता हा मुलगा तोफा डागतोय.

उघडा-वाघडा.

काही लपवत नाहीये. आई-वृंदाताई पाहिजे होत्या.

तिला त्याच्या ओपननेसचं जबरदस्त आकर्षण वाटलं.

तिचा विचारी चेहरा पाहून तो म्हणाला,

''मी बोअर करतोय तुला. आय थिंक आय शुड स्टॉप.''

''नाही. नाही–'' ती घाईनं म्हणाली, ''कितीतरी वेळा मन मोकळं केलं की अनबर्डन होतं.''

''पुढं अमेरिकेला गेलो त्यामागेही कदाचित हाच भाग होता. आपल्या सगळ्याच ॲक्शन्स कुठल्या ना कुठल्या तरी कारणांवर आधारित असतात. पण तिथे गेलो. राहिलो. जगभर हिंडलो आणि मला आबासा समजायला लागले. आईही. कदाचित कलामावशीही! इट इज सो नॅचरल. हा निसर्ग समजायला हवा. प्रेम ही कायमस्वरूपी बांधीलकी नाही. आपण लग्न केलं की सवयीनं बरोबर राहतो. प्रेमही कदाचित नंतर तसंच करतो. खरं काय असतं? खरं म्हणजे आपल्याला– नवराबायकोंना आय मीन, एकमेकांबरोबर राहून स्वभाव कळतात. मग ते निगेटिव्ह सोडून देतात किंवा निग्लेक्ट करतात. पण दुर्लक्ष करणं अशक्य होऊ शकतं. मग खरं प्रेम आहे का? या मूळ प्रश्नाकडे येतात. अशा फेजेस सगळ्यांच्याच आयुष्यात येतात की नाही देव जाणे! पण इतकी इतकी वर्षं संसाराचा गाडा खरोखर ओढतात. त्यापेक्षा आबासा

वेगळे होते. त्यांचं आईवर प्रेम होतं. तिला त्यांना दुखवायचं नव्हतं, तरी एकदा मावशी घरात राहणार हा निर्णय झाल्यावर त्यांनी सगळ्या जगाला खंबीरपणे तोंड दिलं. आय अ‍ॅडमायर हिज करेज. हे इतकं सोपं नसतं. इतकं ठाम राहाणं.''

''आणि तेही इतकी वर्षं. ही मस्ट बी टूली इन लव वुईथ हर.''

मानसी म्हणाली. लागलीच आपण हा लहान तोंडी मोठा घास घेतला असं वाटून ती म्हणाली, ''सॉरी.''

त्याने खांदे उडवले.

''तुम्ही इतकी वर्षे लग्न होऊन एकत्र राहण्याचं सांगत होता.'' मानसी म्हणाली.

''अवघड आहे असं मला वाटतं.''

तो गंभीर झाला. बोलावं की नाही वाटून.

''तुझं ग्रॅज्युएशन झालं?'' त्यानं एकदम विचारलं.

मानसीनं नाही म्हटलं.

''का?''

''सहज. मी जरा जास्तच बोललोय. तुझ्याबद्दल सांग.''

''काय सांगू? एका मध्यमवर्गीय घरातली महत्त्वाकांक्षी मुलगी आहे मी. पश्चिमेच्या संस्कृतीचं आकर्षण असणारी आणि परंपरागत वातावरण असलेल्या घरात घुसमटत राहणारी. मनासारखं करताना सतत समाजाची भिंत समोर आहे म्हणून चिडणारी आणि अपघातानंतर आता रडणारी.''

''मनासारखं जगू शकत नाहीस तू? प्लीज, जरा नीट सांग. आय अ‍ॅम युज्ड टू फ्री टॉक. आय कॅन अंडरस्टॅंड. ट्राय मी. आय अ‍ॅम अ व्हेरी कन्सिडरेट लिसनर.''

मानसी हळूहळू सांगत गेली. तिचं घर, तिचं शिक्षण, तिचा भाऊ, वृंदाताई, तिचे मित्र-मैत्रिणी. त्रिलोकपाशी थांबली. त्याला बाजूला ठेवत आणि पाहिजे तेव्हा मधे आणत.

तिच्या लक्षात आलं की, न बोलता ती सारखी विचार करीत होती; स्वत:चा, पण सोईस्कर. उघडपणे बोलताना तिचे दोष ती पाहात होती.

पण त्रिलोकबद्दल ती काहीही बोलू शकली नाही.

सांगायची इच्छा होऊनही.

तिला आतून ती गोष्ट दुखरी होऊन छळत असतानाही!

अंधार साचला.

लाईट गेलेले.

लिंबाजी कंदील घेऊन आला.

त्याच्या पिवळसर प्रकाशाकडे पाहात दोघंही बसली.

"मला लहानपण आठवतं कंदील पाहिल्यावर. शेताच्या गावी लाईट नसायचे. आम्ही जायचो. रात्री भीती वाटायची. आईला सोडायचो नाही. ती माझी शक्ती असायची. फार भोळी, फार समंजस आहे ती म्हणूनच–" तो एकदम थांबला.

"काय?" मानसीनं विचारलं.

"खूप बोललोय तुझ्याजवळ. अगदी जवळच्या मित्रासारखं. यू आर माय फ्रेंड नाऊ. तुला एक गोष्ट सांगतो. राहावत नाही म्हणून सांगतो. इट इज वेईंग ऑन मी. ताण आलाय माझ्या मनावर. खरं न सांगितल्यानं सत्यच सुजत चाललय एखाद्या रोगासारखं. निचऱ्याची वाट पहातय आणि आज ना उद्या आईला कळेलच. पण त्यांच्या वयाकडे पाहून मी लपवून ठेवलेली." पराग सांगत होता. मानसी मोठ्या डोळ्यांनी त्याच्याकडे पाहात होती.

"माझा डिवोर्स झालाय." पण आबासांना सांगून त्यांना मी दुःखी करू इच्छित नव्हतो. आईलाही. ते समजू शकले असते, पण त्या नात्याचं महत्त्व त्यांच्याठायी अनन्यसाधारण होतं. शिवाय माझा त्रास आई नसती पाहू शकली. मुलांना परत बोलावलं असतं. ती आली नसतीच. त्यामुळं ते दुःखी राहिले असते. इट्स द ट्रूथ. मी नाही सांगू शकलो."

मानसी भयचकित झाली.

"हाऊ आर यू गोईंग टु हँडल इट?"

"बहुतेक वृंदाताई आणि तुझ्या आईच्या मदतीनं. किंवा डॉक्टर सोनटक्के."

"आजींना नेणार तिकडे?"

त्यानं पुन्हा खांदे उडवले.

"आय विश सो मच दॅट शी शुड कम वुइथ मी. घेऊन जाईन किंवा मी येईन परत. हू नोज? येणं शक्य वाटत नाहीये. काय म्हणतात तसं– भविष्य आपल्याला माहिती नसतं–"

"खरंय परागदादा–" मानसी आपलेपणानं म्हणाली. नात्याच्या संदर्भानं तीच हळवी झाली.

समोरची कंदिलाची ज्योत, बाजूचा अंधार, वाहणारा वारा–

सगळ्याचाच एकत्रित परिणाम असावा.

"तुम्ही सांगितलंत तसं भविष्य नसतंच माहिती. पण वर्तमानकाळातून भूतकाळ तयार होताना कुठं कळतं आपल्याला? आयुष्याची गणितं मांडून, बेरजा-वजाबाक्या करत राहतो आपण. खूप आशा ठेवून करतो. अपेक्षांमुळे महत्त्वाकांक्षी बनतो. सगळं ठीक पार पडलं तर ठीक. नाहीतर त्या गणिताच्या गिचमिडीचा भूतकाळ भुतासारखा छळतो. माझ्यावरून सांगतेय मी. लपवू कशाला? माझ्याबद्दल सांगतेय मी. अपघाताचं कारण माझा अट्टहास आणि माझं प्रेम.

आता सगळा भूतकाळ आहे. अगदी जवळचा भूतकाळ. कालचा.

काय दिलं माझ्या प्रेमानं?

फक्त दुःख...?

ऑसमंडच्या गाण्याचा मुखडा आहे बघ, "लव्ह इज ओन्ली फॉर टुडे." प्रेम फक्त आजच्यापुरतंच... या क्षणापुरतंच असतं. ते आज जगून घे.

हे खरं असावं, पण कळलं कधी नाही.

माणसाच्या मनाचीच नाती खरी, हे गृहीतक होतं माझं. प्रेमाबरोबर मीही एक नातं विणायला घेतलं. सामाजिक नात्याला झुगारून...

तरीही सामाजिक होतंच ते...

मग लक्षात आलं की, माणसाच्या मनाच्या नात्याला तर स्थानच नाहीये आणि किंमतही.

सत्य हे की, सामाजिक नात्यांचा शिक्का खोलवर रुतून बसलाय आपल्या मानसिकतेत. एखाद्या गुणसूत्रासारखा रुजलाय आपल्यात.

थोडी बंडखोरी करून बघायची. तळ्यात का मळ्यात खेळासारखी. पण रिंगणातलं नातंच तग धरतं हे जाणवतं; कळतं. आतून उमलून आलेली नाती सुकून, गळून जातात.

मनातलं नातं उमलणं-कोमेजणं हे दिवस रात्रीच्या फेऱ्यासारखं आहे.

सतत बदलणारं.

रात्रीच्या अंधारात फेकलो गेलो की डोळे खऱ्या अर्थानं पाहायला लागतात.

यात जास्त दुखावते, रक्ताळते, पिळली जाते ती फक्त बाईच... युगानुयुगं...

कदाचित अंधारात ती तेच जगणं जगतेय.

– पण दरवेळी नव्या सोनेरी पहाटेच्या प्रतीक्षेत...

नित्यनूतन चैतन्याच्या शोधात...

वाटतं का घडतं असं?

माझ्याच बाबतीत का घडलं?

मी खरंच इनोसंट होते. कुणाशी वैर नव्हतं. कुणाचं वाईट केलं नव्हतं.

मनानं सुद्धा नाही.

मध्यमवर्गी पण निरागस, पापभीरू कुटुंबातून आलेली.

पण फसले!

फसलेच म्हणायचं आता!

अंधार आहे आता खूप.

माझ्यात मुरलाय तो.

तो मला जगवत नाही. मारत नाही.

कधी कधी काय वाटतं माहिती आहे?

मी फक्त या जन्माचाच विचार करतेय.

पण हिंदू तत्त्वज्ञानासारखा आत्मा अविनाशी असेल तर त्या आत्म्याला सारखं सारखं एक शरीर टाकलं की दुसरं घ्यावं लागतं. शरीर जर्जर होतं. थकतं. म्हणून दुसरं नवं शरीर.

पण आत्म्याचं काय?

तो कितीही धुऊन, पुसून, चकचकीत करून देवानं पाठवला तरी काहीतरी उरतच असेल त्याच्यावर.

एखादा कण?

एखादा व्रण?

एखादा डाग?

तो नव्या शरीराला दिशा देत असेल.

पण मुख्य म्हणजे आपल्या शरीरातल्या आत्म्याचं वय काय असेल?

असंख्य, अगणित वर्षं.

तो दिसतो मला.

जख्ख म्हातारीसारखा.

पूर्ण-पूर्ण पिकून-पिकून पांढरे पिवळसर केस असलेली.

हातापायांच्या झुरळ्यांमध्ये झाकून गेलेली, वाकून गेलेली, थकून गेलेली म्हातारी.

ती मीच आहे. ती माझ्यात आहे. ती मला कळवळून 'मुक्त करतेस का?' म्हणून विचारते.

मी थकून थकून गेलीय.''

मानसी रडत होती. रडता रडता बोलत होती.

परागला ती बोलतीय ते कळत नसलं तरी तिची तळमळ, तिचं दु;ख कळत होतं.

अनंतकाळाचं ओझं घेतलेलं कळत होतं.

''एली–'' तो एकदम म्हणाला.

उठून मानसीजवळ आला. तिचं डोकं पोटाशी धरलं.

''यू थिंक टू मच. डोंट. प्लीज डोंट. विचार कर तू, पण दुःखी होऊ नकोस. केवढंतरी मोठं आयुष्य असतं. कितीतरी अशा वेळा येतात, फेजेस येतात. जातातही. आय नो यू हॅड ॲन अफेअर वुइथ अ फेलो. नसेल त्याची इच्छा तर चटकन विसर. आपल्याला नेहमी दोन वेगळ्या दिशांनी जाणारे ऑप्शन असतात. एक गेला तर दुसरा असतोच. तसा तो असावाच लागतो आणि निवडावाही!

◆